இந்திய விழாக்களும் விரதங்களும்

தேவிகா கோபாலகிருஷ்ணன்

Copyright © Devika Gopalakrishnan
All Rights Reserved.

ISBN 978-1-63886-467-7

This book has been published with all efforts taken to make the material error-free after the consent of the author. However, the author and the publisher do not assume and hereby disclaim any liability to any party for any loss, damage, or disruption caused by errors or omissions, whether such errors or omissions result from negligence, accident, or any other cause.

While every effort has been made to avoid any mistake or omission, this publication is being sold on the condition and understanding that neither the author nor the publishers or printers would be liable in any manner to any person by reason of any mistake or omission in this publication or for any action taken or omitted to be taken or advice rendered or accepted on the basis of this work. For any defect in printing or binding the publishers will be liable only to replace the defective copy by another copy of this work then available.

இந்திய விழாக்களும் விரதங்களும்

தேவிகா கோபாலகிருஷ்ணன்

நன்றி

விக்கிப்பீடியா | கூகுள் | கருத்துக்களை பகிர்ந்தோர்

பொருளடக்கம்

01. தைப்பொங்கல் | 02. சிவராத்திரி | 03. ஸ்ரீ ராம நவமி | 04. பங்குனி உத்திரம் | 05. தமிழ்ப் புத்தாண்டு |

06. அட்சய திருதியை | 07. ஆடிப்பெருக்கு | 08. திருவோணம் | 09. ஸ்ரீ கிருஷ்ண ஜெயந்தி |

10. விநாயகர் சதுர்த்தி | 11. ஆடி அமாவாசை | 12. ஆடி பௌர்ணமி |13. நவராத்திரி | 14. துர்க்கா பூஜை |

15. தீபாவளி | 16. திருக்கார்த்திகை |17. வைகுண்ட ஏகாதசி | 18. ஸ்ரீ அனுமன் ஜெயந்தி | 19. ரக்சா பந்தன் |

20. வரலட்சுமி நோன்பு | 21. ஹோலி

விழாக்களும் விரதங்களும் மக்களின் பாரம்பரியத்தையும் பண்பாட்டையும் விளக்குகின்றன. அது மக்களின் பழக்க வழக்கங்களை காட்டும் கண்ணாடி.

மக்களிடையே மகிழ்ச்சியையும் உணர்வுகளையும் பரிமாறிக்கொள்ளும் பாலமாக விளங்குபவை இத்தகைய விழாக்கள். இறை நம்பிக்கையையும் இறைவனோடு கொண்ட தொடர்பையும் புதுப்பித்துக் கொள்ள வழி வகுப்பவை விரதங்கள்.

வழிவழியாய் சந்ததியினருக்கு தங்களின் பண்பாட்டுக் கூறுகளை பெற்றோர்கள் கற்பித்துச் செல்வதாலேயே இந்த விழாக்கள் காலம் காலமாய் விதிமுறைகளின் படி பின்பற்றப் பட்டு வருகிறது.

விழாக்கள் ஒரு மண்ணின், நாட்டின், சமூகத்தின், மக்களின் சிறப்பினை அண்டை நாட்டினருக்கு எடுத்தியம்பும் ஒரு காலப் பெட்டகம்.

- தைப்பொங்கல் -

சூரியன் தனுசு ராசியிலிருந்து மகர ராசியில் நுழைகின்ற தை மாதம் முதல் தேதியன்று பொங்கல் பண்டிகை கொண்டாடப்படுகிறது. தை மாதத்தைத் தமிழர்கள் மங்கலமாதம் என்று போற்றுகின்றனர். தை பிறந்தால் வழிபிறக்கும் என்பது ஆன்றோர்களின் வாக்கு.

இம்மாதம் உழவர்களின் மாதம்.. நாளெல்லாம் உழைக்கும் உழவன் அவன் உழைப்பில் விளைந்த புது நெல்லின் புத்தரிசி கொண்டு பொங்கல் வைத்து அதை உழவிற்கும் உலகத்திற்கும் ஒளி கொடுக்கும் சூரியனுக்கு படையல் இடும் பொன்னான நாளே இப்பொங்கல் திருநாள்..

இத்திருநாள் நான்கு நாட்கள் கொண்டாடப்படும்.

போகி

பொங்கலுக்கு முதல் நாள் போகி. இது மார்கழியின் இறுதி நாளாகும்.

இந்நாளில் அழுக்குகளை நீக்கி வீட்டினைத் தூய்மை செய்தல் வேண்டும். நம் வாழ்க்கைக்கு நல்ல வசந்தங்களை கொண்டு வரும் வேனிற்கால விடியலை வரவேற்கும் நாள் இது. வாழ்க்கையின் துன்பங்களை போக்கும் நாள் என்பதால் இதை போக்கி என்றனர்..பின்னர் காலப்போக்கில் அது போகி என்று மாற்றம்

பெற்றது.

மழைக்கான கடவுளாக விளங்கும் இந்திரனுக்கு நன்றி சொல்லும் நாளாகவும் இந்நாளை கொண்டாடுவார்கள்.

தைப் பொங்கல்

பிரம்ம முகூர்த்தத்தில் எழுந்து, வாசல் தெளித்து பச்சரிசி மாக்கோலம் இட்டு தலைமுழுக நீராடி, புத்தம்புது ஆடைகளை அணிந்து பூஜையறையில் விளக்கு ஏற்றி தெய்வத்தை வணங்குவார்கள். பின்னர் இரண்டு புதுப் பானைகளை அடுப்பில் ஏற்றி பச்சரிசியில் பசும்பாலையும், பாசிப்பயிரையும் கலந்து பொங்கல் இடவேண்டும். ஒன்று சர்க்கரைப் பொங்கல்.. இன்னொன்று வெண்பொங்கல் ..

அந்நாளின் இன்னுமொரு சிறப்பு காய்க்கூட்டு. பதினோரு வகையான காய்கறிகளை ஒன்றாக புது மண்சட்டியில் சமைத்து அதையும் சர்க்கரை மற்றும் வெண்பொங்கலோடு பலவகையான பழவகைகளோடு சூரிய பகவானுக்கு படையல் இடுவார்கள்.

மாட்டுப் பொங்கல்

உழவர்களின் இரு கரங்களாக விளங்கும் மாடுகளைத் தெய்வமாக வழிபடும் நாள் தான் மாட்டுப்பொங்கல். காளை மாடுகளைக் குளிப்பாட்டி, கொம்புகளுக்கு வர்ணம் தீட்டி, உடலுக்கு மஞ்சள் குங்குமம் பூசி உழவுக்கும் அவர்களின் வாழ்க்கைக்கும் ஆதாரமாக விளங்கும் மாடுகளுக்கு பொங்கல் படைத்து ஊட்டிவிடுவார்கள். மாட்டுத் தொழுவத்திற்கு தீப தூபம் காட்டி வணங்குவார்கள்.

உலகிற்கு அமுதமான பாலினை வழங்கும் பசுக்களையும் அந்நாளில் போற்றி வணங்க வேண்டும்.

காணும் பொங்கல்

மாட்டுப் பொங்கலுக்கு அடுத்த நாள் காணும் பொங்கல். இந்நாளில் உறவினர்களைக் கண்டு அவர்களோடு பேசி மகிழ்தலும் வீட்டுப் பெரியவர்களை சிறியவர்கள் வணங்கி மகிழ்வதும் ஆசிபெறுவதும் சிறப்பு.

பிறகு உறவினர்கள் ஒன்று சேர்ந்து ஆலயங்களுக்குச் சென்று இறைவனை வழிபடுவார்கள். பின்னர் அங்குள்ள சுற்றுலாத் தளங்களுக்குச் சென்று சுற்றிவருவர்.

சிலர் கட்டுச்சோற்றினைக் கட்டிக்கொண்டு இதுபோன்ற இடங்களுக்குச் செல்வர். அங்கு உறவினர்களோடு பலவிதமான விளையாட்டுக்களை விளையாடி மகிழ்ந்து பின்னர் உணவுகளை ஒருவருக்கொருவர் பரிமாறி உண்டு மகிழ்வார்கள்.

- சிவராத்திரி -

இந்த நாள் சிவபெருமானின் மகிமையை உலகறியச் செய்ய மேற்கொள்ளப்படும் விரத நாளாக கடைப்பிடிக்கப்படுகிறது. உலகம் முழுவதும் உன்னத பக்தியோடு சிவபெருமானிடம் ஒடுங்கிய நாளே ' மகா சிவராத்திரி ' எனச் சைவ சமயம் கூறுகின்றது.

வருடந்தோறும் மாசி மாதக் கிருஷ்ணபட்சம் சதுர்த்தி திதி அன்று, அமாவாசைக்கு முந்திய நாள் சிவராத்திரி தினம் உலகெங்கும் சிறப்பாக் கொண்டாடப்படுகிறது.

சிவராத்திரியின் மகிமை

இறைவி பார்வதிதேவி, இறைவன் சிவபெருமானுடன் திருவிளையாடல் புரிய எண்ணம் கொண்டாள். ஒருமுறை அவள் திருக்கரங்களால் சிவபெருமானின் இரு கண்களையும் மூடினாள். அந்நாள் உலகம் முழுவதும் கணப்பொழுதில் இருண்டு போனதாம். உலகை இருள் சூழ்ந்த அந்நாளே ' சிவராத்திரி ' என அழைக்கப்படுவதாக

புராணங்கள் கூறுகின்றன.

ஒளி வேண்டி அனைத்து உயிர்களும் சிவனை வேண்ட, உலகுக்கு ஒளி கொடுப்பதற்காக சிவபெருமான் தன் நெற்றிக்கண்ணைத் திறந்தார். வெப்பக்கனலாக வீசிய நெற்றிக்கண்ணின் ஒளி கண்டு பார்வதி தேவியே நடுநடுங்கினாள்.

அம்பிகையைக் கருணையுடன் நோக்கிய சிவபெருமான் தன் நெற்றிக்கண்ணிலிருந்து கிளம்பிய வெப்ப ஒளியைக் குளிர்நிலவாக்கி, அன்னையையும், தம் அடியவர்களையும் ஆட்கொண்டார்.

உலகுக்கு ஒளியேற்றிய சிவனுக்கு, அந்த நன்னாளில் நெய் தீபமேற்றி வழிபட்டால் துன்பங்கள் நீங்கும் என்பது பெரியோர் வாக்கு.

ஒரு வேடன் காட்டில் சென்று கொண்டிருந்தபோது, ஒரு புலி அவனை விரட்டியது. ஓடிச் சென்று அவன் ஒரு மரத்தில் ஏறிக்கொண்டான். அது ஒரு வில்வ மரம். மரத்தின் கீழே, புலி படுத்துக் கொண்டது.

செய்வதறியாமல் திகைத்த வேடன், பொழுதைக் கழிக்கவும், தூக்கத்தை விலக்கவும் வில்வ மரத்தின் இலைகளை ஒவ்வொன்றாகப் பறித்துக் கீழே போட்டுக் கொண்டிருந்தான்.

கீழே விழுந்த இலைகள், அந்த மரத்தினடியில் இருந்த சிவ லிங்கத்தின்மேல் விழுந்தன. வேடன் தான் செய்வது என்னவென்று அறியாமல் செய்த அந்தச் செயல், சிவனுக்குரிய அர்ச்சனையாக மாறி, அவனுக்குச் சிவனின் அருள் கிடைத்தது.

அன்று சிவராத்திரியாதலால், கண் விழித்துப் பூஜை செய்த பயனும் கிடைத்தது. அதனால், வேடனின் பாவங்கள் நீங்கி, முத்தி பெற்றான்.

பூஜை முறை

வீட்டினை சுத்தம் செய்து விரதம் அனுஷ்டிக்க வேண்டும். ஒரு வேளை விரத உணவு உண்டு மாலை நேரத்தில் பொரிகடலை, சுண்டல், சர்க்கரைவள்ளிக் கிழங்கு அவித்து வைத்து சிவனுக்கு நைவேத்தியம் செய்தல் வேண்டும்.

பின்னர் சிவன் கோவில்களுக்கு சென்று அபிஷேகத்திற்கு தேவையான பொருட்களை முக்கியமாக வில்வ இலையினால் சிவனை வழிபடல் வேண்டும்.

பின்னர் முழு இரவும் கண்விழித்துச் சிவபெருமானைப் போற்றி வழிபாடு செய்து, அவரது அருள் பெற வேண்டும்.

- ஸ்ரீ ராம நவமி -

பங்குனி மாதம், புனர்பூச நட்சத்திரமும், சுக்லபட்ச நவமி திதியும் கூடிய திருநாள் - ஸ்ரீ ராமனின் பிறந்த நாள். இந்தத் தினத்தையே, புண்ணியம் தரும் ஸ்ரீ ராம நவமியாகக் கொண்டாடுகின்றோம்.

அரக்கன் இராவணனின் கொடுமைகளால் துன்பமுற்ற தேவர்கள் மகாவிஷ்ணுவிடம் பிராத்தித்தார்கள். மகாவிஷ்ணு அவர்களிடம், " கவலை வேண்டாம். திரேதா யுகத்தில் அயோத்தி மன்னன் தசரதன் பெற்ற வரப்பயன் காரணமாக அவனுக்கு மைந்தனாக நாம் அவதரிக்கப் போகிறோம்.

அச் சமயம், இராவணனை அழித்து, உங்கள் துன்பம் துடைப்போம் " என்று அபயம் அளித்தருளினார்.

அயோத்தி மன்னனாகிய தசரதனுக்குப் பிள்ளைகள் இல்லை. அதனால், ரிஷ்யசிருங்க முனிவர் தலைமையில் புத்திர காமேஷ்டி யாகம் நடத்தினார்.

அந்த யாகத்தின் பயனாக, தசரதச் சக்கரவர்த்தி நான்கு மைந்தர்களைப் பெற்றெடுத்தார். அவர்களுள் முதல்வன் ஸ்ரீ ராமன். (மற்றவர்கள் லக்ஷ்மணன், பரதன், சத்துருக்கன் ஆகியோர்.) ஸ்ரீ ராமன் அவதரித்த நன்னாளே ' ஸ்ரீ ராம நவமித் திருநாள்.

ராம நவமியை வட இந்தியாவில் தொடர்ந்து எட்டு நாட்கள் விழாவாகக் கொண்டாடுகின்றார்கள். நாமும், ஸ்ரீ ராம நவமிக்கு முன் ஒன்பது நாட்கள் வீட்டில் பூஜை செய்து, பெரியவர்கள் மூலமாக இராமாயணம் படித்து,

கடைசி ஸ்ரீ ராம நவமி நாளான பத்தாம் நாளன்று இராமாயண பாராயணத்தை நிறைவு செய்வதால் நம் பாவங்கள் அகன்று, மோட்சப் பேறு கிடைக்கும் என்பது ஐதீகம்.

இராமாயணம் ஒரு சரித்திர நூல் மட்டுமல்ல, தலை சிறந்த பக்திக் காவியமாகவும் திகழ்கிறது. ஆகவே, இராமாயணத்தைப் படிக்கப் படிக்க நம் உள்ளம் தூய்மையடைகின்றது.

மகிமை தரும் ராம நவமி அன்று அதிகாலை எழுந்து நீராடி, பூஜை அறையைச் சுத்தம் செய்து, அலங்கரித்து, பட்டாபிஷேக ராமர் படத்துக்குப் பூச்சூட்டி, சர்க்கரைப் பொங்கல், பாயாசம், பானகம். வடை , நீர் மோர் , தேங்காய, பஞ்சாமிர்தம், வாழைப்பழம், வெற்றிலைப் பாக்கு போன்ற பொருட்களை நைவேத்தியங்களாகப் படைத்து,

"நன்மையும் செல்வமும் நாளும் நல்குமே

தின்மையும் பாவமும் சிதைந்து தேயுமே

சன்மமும் மரணமு மின்றித் தீருமே

இன்மையே ராமவென் றிரன் டெழுத்தினால்"

என்ற ஸ்ரீ ராம நாமம் சொல்லிப் பூஜிக்க வேண்டும்.

ராம நவமியில் மகிமைமிகு ராம நாமத்தை இடைவிடாது உச்சரிப்பதால் இல்லத்தில் நற்காரியங்களும், செல்வ வளமும் வளர்ந்தோங்கும்.

ராஜரிஷி விசுவாமித்திரருடன் இருந்தபோதும், அதன்பின், பதினான்கு ஆண்டுகள் வனவாசத்தின்போதும், தசரத ராமன் நீர்மோரையும், பானகத்தையும் தாக சாந்திக்காக அருந்தினார்.

அதன் நினைவாகவே, நீர்மோரும், பானகமும் ஸ்ரீ ராமனின் அவதார தினமான ஸ்ரீ ராம நவமி அன்று நிவேதனப் பொருட்களாகப் படைக்கப் படுகின்றன.

ராம நவமியன்று, ராம நாமம் உச்சரிக்கப்படும் இடங்களிலும், இராமாயணம் படிக்கப்படும் இடங்களிலும் அங்குள்ள அடியவர்கள் மீது ஸ்ரீ ஆஞ்சநேயர் எழுந்தருள் செய்து ஆனந்திப்பாராம். எனவே, அடியவர்களை வணங்குவதன்மூலம் அனுமனின் அருளையும் பெறலாம்.

- பங்குனி உத்தரம் -

பங்குனி உத்தரம் என்பது சைவக் கடவுளாகிய முருகனுக்குரிய சிறப்பு விரத தினமாகக் கொண்டாடப்படுகிறது. இது பங்குனி மாதத்தில் வரும் உத்தர நட்சத்திர தினமாகும்.

தமிழ் மாதங்களில் 12ம் மாதம் பங்குனி. நட்சத்திரங்களில் 12ம் நட்சத்திரம் உத்தரம். எனவே பன்னிரு கை வேலவனுக்குச் சிறப்பான தினமாகக் கொண்டாடப்படுகிறது. அநேகமான முருகன் கோயில்களில் இத்தினத்தில் வருடாந்த திருவிழாக்கள் (மஹோற்சவம்) நடைபெறும்.

பங்குனி மாதத்தில் தான் அசுரர்களின் கொட்டத்தை அடக்க முருகப்பெருமான், தன் தாய், தந்தையரை வணங்கி பயணத்தை ஆரம்பித்தார்.

அப்போது, வழியில் ஒரு சிறிய மலை முருகனின் படைகளை வழி மறிக்கும் விதமாக பெரிதாக வளர ஆரம்பித்தது. அதற்கு காரணம் இந்த மலையாகவுள்ள கிரவுஞ்சன் ஆகும்.

அகத்திய முனிவரின் சாபத்தால், அசையாமல் மலையாகி நின்றாலும், இருந்த இடத்தில் இருந்து கொண்டே தன்னை கடந்து செல்பவர்களை ஏமாற்றி தொல்லை தந்து கொண்டிருந்தது.

மேலும் இந்த மலைக்கு அருகில் உள்ள மாயாபுரிப்பட்டினம் என்னும் நகரில், சூரபத்மனின் தம்பியும், யானை முகம் கொண்டவனுமான தாரகாசுரன் ஆட்சி செய்து கொண்டு, தேவர்களை மிகுந்த துன்பங்களுக்கு உள்ளாக்கி வந்தான்.

அதை கேட்ட முருகப்பெருமான், தன் தளபதி வீரபாகுவிடம் படையில் பாதியை அழைத்து கொண்டுபோய், தாரகாசுரனை அழித்து விட்டு வரும்படி கட்டளையிட்டார். இதை அறிந்த தாரகாசுரனும் பெரும்படையுடன் எதிர்த்து வந்தான். கடும் போர் நடந்தது. இருபக்கத்திலும் வீரர்கள் இறந்து விழுந்தனர்.

போர்க்களத்தில் நின்று யுத்தம் செய்த தாரகாசுரன், முருகப்படையின் வீரரான, வீரகேசரியை தன் கதாயுதத்தால் மார்பில் அடித்து சாய்த்தான். இதை கண்ட வீரபாகு வெகுண்டெழுந்து, தாரகாசுரனை கடுமையாக தாக்கினான்.

இதனால் கோபம் கொண்ட தாரகாசுரன் திரிசூலத்தால் வீரபாகுவின் மார்பில் குத்திச் சாய்த்தான். மயக்கம் கலைந்து எழுந்த வீரபாகு, மீண்டும் மூர்க்கத் தனமாக தாக்கினான்.

எதிர் தாக்குதல் நடத்த முடியாமல் தாரகாசுரன் தன் மாய வேலைகள் மூலம் எலியாக மாறி கிரவுஞ்ச மலைக்குள் சென்றான்.

வீரபாகுவும் அவனை தொடர்ந்த மற்ற வீரர்களும் விடாது மலைக்குள் நுழைய, மலையின் உதவியோடு தாரகாசுரனின் அசுரப்படைகள் முருகப்பெருமானின் படைகளை பெரிய அளவில் தாக்கி அழித்தன.

இதை நாரதர் மூலம் அறிந்த முருகப்பெருமான், நேரடியாக போர்க் களத்திற்கு வந்தார். கோபம் கொண்ட முருகப்பெருமான் அவனை கடுமையாக தாக்க ஆரம்பித்தார்.

தாக்குதலை சமாளிக்க முடியாமல் மீண்டும் எலியாக மாறி மலைக்குள் நுழைந்து மாய வேலைகளை காட்ட ஆரம்பித்தான்.

முருகப்பெருமான், தன் வேலாயுதத்தை கையில் எடுத்து வீசி எறிந்தார். துள்ளி வந்த வேல், மலையை பல கூறுகளாக்கி உடைத்தெறிந்து, தாரகாசுரனை கொன்றது.

அதன் பிறகு முருகப்பெருமான், தெய்வானையை மணந்தார். அந்த நாளே பங்குனி உத்திரமாகும் என புராணங்கள் கூறுகின்றன்.

அறுபடை வீடுகளில் மூன்றாம் படைவீடான திருவாவினங்குடி அமைந்து இருக்கும் பழனியில் பங்குனி மாதம் உத்தரம் நட்சத்திர திதியில் நடைபெறும் விழா பங்குனி உத்தரம் .

அனைத்து அறுபடைவீடுகளில் பங்குனி உத்தரம் விழா நடைபெற்றாலும், பழனியில் நடைபெறும் பங்குனி உத்தரம் திருவிழாவும், தேரோட்டமும் , சிறப்பு வாய்ந்த திருவிழாவாகும்.

திண்டுக்கல் மாவட்டமும் அதைச்சுற்றியுள்ள மாவட்டங்களிலிருந்து, பக்தர்கள் ஈரோடு மாவட்டம், கொடுமுடிக்குச் சென்று காவிரி நதியில் தீர்த்தம் (புனித நீர்) கொண்டுவந்து, பழனியில் போகரால் நிறுவப்பட்ட

நவபாசாண முருகனுக்குச் செலுத்துவார்கள்.

பங்குனியில் வெயில் கடுமையாக இருக்கும், நவபாசாணத்தால் ஆன முருகன் சிலை வெப்பத்தால் சிதைந்து போகாமல் இருக்க மூலிகைகள் கலந்த காவிரி நதியின் நீரால் குளிர்விப்பதற்காக ஏற்படுத்தப்பட்ட திருவிழா பங்குனி உத்தரம் திருவிழா .

இந்த நாளில் பக்தர்கள் விரதம் இருந்து கோவில்களில் மாவிளக்கு எடுப்பது, அலகு குத்துதல், காவடி எடுப்பது, அக்னி சட்டி ஏந்துவது, பூ மிதித்தல் என பல வகையான நேர்த்திக் கடன்கள் மக்களால் செலுத்தப்படுகிறது.

- தமிழ்ப் புத்தாண்டு -

தமிழ்ப் புத்தாண்டு தமிழர்களின் புதிய ஆண்டு பிறப்பதைக் கொண்டாடும் விழாவாகும். இந்தியா, இலங்கை, மலேசியா, சிங்கப்பூர் போன்ற நாடுகளிலும், பிற நாடுகளிலும் வாழும் தமிழ் மக்கள் சித்திரை மாதத்தின் முதல் நாளைப் புத்தாண்டாகக் கொண்டாடுகின்றனர்.

ஒரு தமிழ் ஆண்டு என்பது வானியல் ரீதியாகவும் அறிவியல் ரீதியாகவும் அளவிடப்பட்ட காலத்தைக் கொண்ட காலப்பகுதியாகும். பூமி சூரியனை ஒரு தடவை சுற்றிவர 365 நாட்கள், 6 மணி, 11 நிமிடம், 48 நொடிகள் ஆகின்றது. இதுவே தமிழ் வருடத்தினதும் கால அளவாகும்.

சூரிய மேஷ இராசியில் பிரவேசிக்கும்போது தொடங்கும் ஆண்டு, மீன இராசியிலிருந்து வெளியேறும்போது முடிவடைகின்றது. ஆகவே தமிழ் வருடத்தின் கால அளவு எப்போதும் சீரானதாகவே இருக்கிறது.

இதன் அடிப்படையிலேயே தமிழ்ப் புத்தாண்டு பிறக்கும் நாள், நேரம் கணிக்கப்படுகிறது. ஆங்கில நாட்காட்டியில் பெரும்பாலும் ஏப்ரல்

பதினான்கு தொடங்கும் தமிழ் ஆண்டு சில ஆண்டுகளில் ஏப்ரல் பதிமூன்று அல்லது பதினைந்து நாட்களில் தொடங்கும்.

நடைமுறைக்கு ஏற்றதாக தமிழ்ப் புத்தாண்டு ஒரு குறிப்பிட்ட நாளில் கொண்டாடப்பட்டாலும், தமிழ்ப் பஞ்சாங்கங்களில் அந்த நாளில் ஆண்டு பிறக்கும் சரியான நேரம் குறிப்பிடப்பட்டிருக்கும். அதன் அடிப்படையிலேயே ஆண்டுக்காலம் கணிக்கப்படுகிறது.

தமிழ் நாட்காட்டி இராசிச் சக்கரத்தை காலக்கணிப்பில் பயன்படுத்தும் ஒரு சூரிய நாட்காட்டி என்பதால், பன்னிரு இராசிகளில் முதல் இராசியான மேசத்தில் சூரியன் நுழையும் சித்திரையே முதல் மாதமாகக் கருதப்பட்டதாகச் சொல்லப்படுகின்றது.

பங்குனியின் இறுதி நாட்களில் அல்லது சித்திரை முதல் நாளில் தான் வழக்கமாக வேங்கை மரம் பூக்கும். மலைபடுகடாம் "தலைநாள் பூத்த பொன் இணர் வேங்கை" என்றும், பழமொழி நானூறு "கணிவேங்கை நன்னாளே நாடி மலர்தலால்" என்றும் பாடுவதால் இளவேனில் துவக்கமான சித்திரையே அக்காலத்தில் தலைநாளாக மிளிர்ந்தது என்றும் சொல்கிறார்கள்.

வருடப் பிறப்பின் முந்தைய நாளில் வீடு வாசலை சுத்தம் செய்வதிலும், அலங்கரிப்பதிலும் தமிழர் செலவழிப்பர்.

மா, பலா, வாழை ஆகிய முக்கனிகள், வெற்றிலை, பாக்கு, நகைகள், நெல் முதலான மங்கலப்பொருட்கள் வைத்த தட்டை வழிபாட்டறையில் வைத்து, அதை புத்தாண்டு அதிகாலையில் காண்பது புனிதமாகக் கருதப்படுகின்றது.

புத்தாண்டன்று அதிகாலையில் நீராடி கோலமிட்டு, புத்தாடை அணிந்து, கோயிலுக்குச் சென்று வழிபடுவர்.

உணவிற்காக சாதம், சாம்பார், காய்கறிகள் கூட்டு, பொரியல் , வடை , பாயாசம் , அப்பளம், துவையல், ஊறுகாய், பச்சடி என அறுசுவையாக சமைத்து தெய்வத்தை வணங்கி உண்பார்கள்.

மாலை வேளையில் உறவினர் வீடுகளுக்குச் செல்வதும், பலகாரங்களை பகிர்ந்துண்பதும் நிகழும்.

வாழ்க்கை என்றாலே கசப்பும் இனிப்பும் கலந்தது தான். இப்புத்தாண்டிலும் கசப்பும் இனிப்பும் இருக்கும் என்பதன் அடையாளமாக வேப்பம்பூப்பச்சடி, மாங்காய்ப்பச்சடி என்பவற்றை உண்பதும் குறிப்பிடத்தக்க மரபாகும்.

- அட்சய திருதியை -

அட்சய திருதியை திருநாள் தமிழ் மாதமான சித்திரை அமாவாசையை அடுத்த மூன்றாம் நாள் வளர்பிறையில் கொண்டாடப்படுகிறது.

முதல் யுகமான கிருதயுகத்தில் பிரம்மனால் உலகம் தோற்றுவித்த நாள் அட்சய திருதியை என்பதும் , இந்து புராணங்களில் குறிப்பிடப்படும் முனிவரான பரசுராமரின் பிறந்த நாளாகவும் கொண்டாடப்படுகிறது என்பதும் ஐதீகம்

"அட்சயா" எனும் சொல் சமஸ்கிருதத்தில் எப்போதும் குறையாதது எனும் பொருளில் வழங்கப்படுகிறது. மேலும் இந்த நாள் நல்ல பலன்களையும் வெற்றியையும் தரும் என்று நம்பப்படுகிறது.

மங்களகரமான தங்கம், வெள்ளி, அவற்றினால் செய்யப்பட்ட நகைகள், வைரம் மற்றும் இதர விலைமதிப்பற்ற கற்கள் மற்றும் வீடு, மனைகள் போன்றவற்றை வாங்க உகந்த நாளாகவும் இந்நாள் கருதப்படுகிறது.

மரபியல் வழிவந்தவர் அட்சய திருதியை நாளில் தொடங்கப்பட்ட எந்தவொரு முயற்சியும் தொடர்ச்சியாக வளர்ந்து நன்மையைக் கொடுக்கும் எனக் கூறுகின்றனர்.

ஒரு வணிகத்தினைத் துவங்குவது, கட்டடம் கட்ட பூமி பூசையிடுவது போன்ற புதிய முயற்சிகளை அட்சய திருதியை நாளில் செய்ய பலர் விரும்புகின்றனர்.

கங்கை, யமுனை, சரஸ்வதி, காவிரி, நர்மதை, துங்கபத்ரா, கோதாவரி, கண்டகி, தாமிரபரணி போன்ற புனித நதிகளையும் மானஸசரோவரம், புஷ்கரம், கௌரி குண்டம் ஆகிய புனித தடாகங்களையும் இந்நாளில் மானசீகமாக வழிபடுவதும் நீராடுவதும் புண்ணிய பலன் தரும் என ஜோதிட அடிப்படையில் கூறப்படுகிறது.

ஏழைகள், மாற்றுத்திறனாளிகள், ஆதரவற்றோர் ஆகியோருக்கு செய்யும் தானம், தர்மம், உதவிகள் பல பிறவிகளுக்கு புண்ணிய பலன் தரும்.

சாளக்கிராமம், ருத்ராட்சம், ஸ்படிகலிங்கம் மற்றும் ஆராதனைக்கு வைத்துள்ள விக்கிரக தெய்வத்திருவுருவங்களுக்குப் பச்சை கற்பூரம், குங்குமப்பூ சேர்த்து சந்தனக் கட்டையால் அரைத்த சந்தனம் பூசி வழிபட உடலில் ஏற்படும் வெப்ப சம்பந்தமான நோய்கள் நீங்கும்.

வெள்ளி வாங்கினால் சரும நோய்கள், மனக்குழப்பம், நிம்மதியின்மை ஆகியவை தீரும்.

தங்கம் வாங்கினால் தீராத கடன்களையும் ஏழ்மையையும் மிகக்குறுகிய காலத்தில் தீர்க்கும்

தயிர் சாதம் ஏழைகளுக்குத் தருவது 11 தலைமுறைக்கு குறைவில்லா அன்னம் கிடைக்க வழிவகுக்கும்.

அட்சய திருதியை வருடத்தின் மிகப் புனிதமான நாட்களில் ஒன்றாகக் கருதப்படுகின்றது.

இந்த நாளில் திருமாலை நெல் அரிசியுடன் வணங்கியும் உண்ணா நோன்பிருந்தும் வழிபடுவர். இந்நாளில் கங்கை நதியில் நீராடுவது மிக மங்களகரமானது எனக் கருதப்படுகிறது.

மக்கள் இந்த நாளில் உண்ணாநோன்பும் பூசைகளும் கடைபிடிக்கின்றனர். விசிறி, அரிசி, உப்பு, நெய். சர்க்கரை, காய்கறிகள், புளி, பழம், துணிகள் ஆகியவற்றை கொடையாக அளிக்கின்றனர்.

வங்காளத்தில், அட்சய திருதியை நாளில், "அல்கதா" எனும் விழா கொண்டாடப்படுகிறது. அது விநாயகர் மற்றும் லட்சுமியை வணங்கி புதிய வணிகக் கணக்குப் புத்தகத்தை எழுதத் தொடங்கும் நாளாகும்.

வங்காளிகள் இந்த நாளில் பல சமயச் சடங்குகளையும் செய்கின்றனர்.

அட்சய திருதியை திருமணங்களுக்கு ஏற்ற காலமாகவும் கருதப்படுவதால் அந்நாளில் பெரும் எண்ணிகையிலான திருமணங்களும் நடத்தப்படுகின்றன.

செல்வத்திற்கு அதிபதியான குபேரரே செல்வமிக்க கடவுள் என நம்பப்படுகிறார். இந்த நாளில் குபேரர் கூட விஷ்ணுவின் மனைவியும் செல்வத்திற்கான தெய்வமான லட்சுமியை வணங்குவார் என லட்சுமி தந்தரம் எனும் நூல் கூறுகிறது.

இந்த நாளில், குபேர லட்சுமி பூசைநடத்தப்படுகிறது. அதில் லட்சுமி உருவப்படத்துடன் குபேரரின் அடையாளமான சுதர்சன குபேர எந்திரமும் ஒன்றாக வைக்கப்பட்டு வணங்கப்படுகிறது.

- ஆடிப்பெருக்கு -

ஆடிப்பெருக்கினை பதினெட்டாம் பெருக்கு என்றும், ஆடிப்பதினெட்டு என்றும் அழைக்கின்றனர். தமிழ் விழாக்கள் நாட்களின் எண்ணிக்கையை அடிப்படையாகக் கொண்டு செய்யப்படுவதில்லை.

நட்சத்திரங்களை அடிப்படையாக கொண்டும், கிழமைகளையும் கொண்டே நடத்தப்படுகிறது என்பது ஒரு ஐதீகம் .

ஆடி மாதத்தில் பதினெட்டாவது நாள் என்று நாளின் எண்ணிக்கையை கணக்கில் கொண்டு நடத்தப்படும் ஒரே விழா இதுவாகும்.

தென்மேற்கு பருவத்தில் ஆற்றின் நீர்பிடி இடங்களில் பெய்த மழையினால் ஆறுகளில் புதுப்புனல் பொங்கிவரும். இதனையே ஆற்றுப்பெருக்கு எனக்கூறுவர். இதனால் உழவர்கள் இந்நாளில் நம்பிக்கையுடன் பட்டம் பார்த்து விதை விதைப்பர்.

இப்பொழுது நெல் , கரும்பு முதலியவற்றை விதைத்தால் தான் அவர்கள் தை மாதத்தில் அறுவடை செய்ய முடியும்.

அதற்கு வற்றா நதிகளை தங்கள் தெய்வமாக போற்றி மகிழ்ந்து, பூசைகள் செய்து பின் உழவு வேலையை தொடங்குவார்கள். இதனையொட்டியே ஆடிப்பட்டம் தேடி விதை என்ற பழமொழியும் விளைந்தது.

மக்கள் அனைவரும் ஆற்றங்கரைகளில் கூடி ஆற்றுப் பெருக்கைக் கண்டு களிப்பர். நீர்நிலைகளில் அமைந்துள்ள கோயில்களில் சென்று வழிபடுவார்கள்.

அன்றைய நாள் பெண்கள் ஆற்றில் குளித்து ஆற்றங்கரையில் ஒவ்வொருவரும் பூஜை செய்ய ஒரு இடத்தைப் பிடித்துக் கொள்வர்.

அந்த இடத்தை சுத்தம் செய்து, பசு சாணத்தால் மெழுகி கோலமிட்டு அதன் மேல் வாழை இலையை விரித்து அகல்விளக்கு ஏற்றி வைத்து மஞ்சளில் பிள்ளையார் பிடித்து வைக்கின்றனர்.

வழிபாட்டில் அருகம்புல், வெற்றிலை, பாக்கு, பழம், காப்பரிசி, பானகம் படைத்து, பத்தி, கற்பூரம் காட்டி, தடங்கல் இல்லாத விளைச்சலுக்கு நீருக்கு நன்றி செலுத்தி வாழை மட்டையில் விளக்குகள் ஏற்றி, அதை ஆற்றில் விடுவார்கள்.

புதுமணத் தம்பதியினரை அமர வைத்து புதுமணப் பெண்ணுக்கு தாலியை பிரித்துப் போடுவார்கள். இந்நாளில் அவர்களின் திருமண மாலையை ஆற்றில் விடுவார்கள். பின்னர் தூப தீப ஆராதனைக் காட்டி நதிகளை வழிபடுவார்கள்.

அந்த நேரத்தில் அங்கு கூடி இருக்கும் உறவினர்கள் அனைவருக்கும் மஞ்சளில் நனைத்த நூலை அணிவித்து விடுவார்கள்.

அது மட்டும் அல்லாமல் கலப்பு சாதங்களான தேங்காய் சாதம், சர்க்கரைப் பொங்கல், எலுமிச்சம் பழம் சாதம், தக்காளி சாதம், தயிர் சாதம் செய்து அதை ஆற்றங்கறையில் வைத்து குடும்பத்துடனும், நண்பர்களுடனும் சேர்ந்து குதூகலமாக உண்டு மகிழ்வார்கள்.

காவிரியாற்றின் கரையில் உள்ள ஊர்களில் இவ்விழா மிகவும் புகழ்பெற்றது.

திருச்சி ஸ்ரீரங்கத்தில் புகழ்பெற்ற அம்மா மண்டபம் படித்துறையில் காவிரிக்கு சீர்கொடுக்கும் நிகழ்ச்சி வெகு விமரிசையாக நடக்கும்.

ஆடிப்பெருக்கு நாளன்று ஸ்ரீரங்கம் கோயிலில் இருந்து உற்சவர் நம்பெருமாள் புறப்பாடாகி, அம்மா மண்டபம் படித்துறைக்கு எழுந்தருள்வார். அங்கு சுவாமிக்கு திருமஞ்சனம் நடக்கும்.

மாலை வரை பெருமாள் அங்கு வீற்றிருப்பார். பெருமாளின் சீதனமாக தாலிப்பொட்டு, பட்டு மற்றும் மங்களப் பொருட்கள் ஆற்றில் விடப்படும்.

நாமக்கல் மற்றும் சேலம் மாவட்டத்தில் ஆடிப்பெருக்கு நாளில் கொல்லிமலை சென்று அங்குள்ள ஆகாயகங்கை நீர்வீழ்ச்சியில் நீராடி , அரப்பளீஸ்வரை தொழுவது வழக்கம்.

- திருவோணம் -

மகாவிஷ்ணு பகவான், ஆவணி திருவோணத்தில் ஸ்ரீ வாமனராக அவதாரம் எடுத்து மகாபலி என்ற அரக்க அரசனின் ஆணவத்தை அடக்கிய நாளே " ஓணம் " பண்டிகை.

வருடந்தோறும் ஆவணி மாதத்தில் முதல் வரும் திருவோண நட்சத்திரத்தன்று இந்தியாவில் கேரள மாநில மக்கள் திருவோணம் பண்டிகையைச் சிறப்பாகக் கொண்டாடுகின்றனர்.

சிம்மராசிக்கு உரியவர் சூரியன். அதனால், இம்மாதத்தை சிங்க மாதம் என்றும் அழைக்கின்றனர்.

ஓணம் பண்டிகை கேரள மக்களுக்கு மிகச் சிறந்த பண்டிகைகளுள் ஒன்றாகும். இப்பண்டிகை பத்து நாட்கள் கொண்டாடப்படுகின்றது. இந்த ஓணம் பண்டிகை தோன்றுவதற்கு மூலகாரணமானவர், மகாபலிச் சக்கரவர்த்தி.

மகாவிஷ்ணுவின் பத்து அவதாரங்களில், வாமன அவதாரத்தோடு தொடர்புடையது ஓணம் பண்டிகை. கேரள நாட்டில், புராண காலங்களில் ஆட்சி புரிந்தவன் மகாபலிச் சக்கரவர்த்தி.

இவன் அரக்க குலத்தைச் சேர்ந்த அரசன். பிரகலாதச் சக்கரவர்த்தியின் பரம்பரையில் வந்தவன். இவன் கேரள மக்களை

மிகவும் சிறந்த முறையில் ஆட்சி செய்து வந்தான்.

அவனது ஆட்சியில் மக்கள் செல்வச் செழிப்போடு சந்தோஷமாக வாழ்ந்தார்கள்.

மகாபலிச் சக்கரவர்த்தி பூவுலகை மட்டுமல்ல, தேவர் உலகையும் வெல்லும் சக்தி படைத்திருந்தான்.

ஆகவே, அவனை வளர விடாமல் அழித்துவிட, தேவர்களின் அரசனாகிய இந்திரன் திட்டமிட்டான். மகாவிஷ்ணுவிடம் சென்று உதவி வேண்டினான்.

இந்திரனைக் காப்பாற்றுவதற்காக, மகாவிஷ்ணு வாமனன் என்ற குள்ள அந்தணனாக அவதாரம் எடுத்து, மகாபலிச் சக்கரவர்த்தியிடம் சென்று, மூன்றடி நிலம் தானமாக அளிக்குமாறு வேண்டினார் . மறுக்காமல் அளித்தான் மகாபலி.

குள்ள வாமனனாக இருந்த மகாவிஷ்ணு, விஸ்வரூபம் எடுத்து முதல் இரண்டு அடிகளால் மண்ணையும் விண்ணையும் அளந்தார். மூன்றாவது அடிக்கு இடம் கேட்டார்.

தன் தலைமீதே அவரது திருவடியைத் தாங்கினான் மகாபலி. மகாபலிச் சக்கரவர்த்தியைப் பாதாள லோகத்துக்கு அழுத்தி, நிரந்தரமாக பாதாள லோகத்துக்கு அரசனாக ஆட்சி புரியும்படி அருள் செய்தார் மகாவிஷ்ணு.

பாதாளலோகம் சேரும்முன்னர், மகாபலி மகாவிஷ்ணுவிடம் ஒரு வரம் கேட்டான். " ஆண்டுக்கு ஒருமுறை நான் பூலோகம் வந்து, என் மக்களைக் காண அனுமதிக்க வேண்டும் " என்று கேட்டுக்கொண்டான். மகாவிஷ்ணுவும் அவன் கேட்ட வரத்தை அளித்தார்.

ஓணம் பண்டிகை நாட்களில் கேரளத்தில் எல்லா வீட்டு வாசல்களிலும் வண்ண வண்ணப் பூக்களை வட்ட வட்டமாக அழகாக அடுக்கி வைத்து வீட்டு வாசல்களையும், வீதிகளையும் அழகிய பூக்கோலங்களால் அலங்கரிப்பார்கள்.

இதில் முக்கியமாக, சின்னஞ்சிறிய, வெள்ளை வெளேர் என்றிருக்கும் தும்பைப்பூ இடம் பெற்றிருக்கும்.

இப்பத்து நாட்களும் பெண்கள் தங்கள் வீட்டு முற்றத்தைச் சுத்தப்படுத்தி, பகலில் சாணத்தால் மெழுகி, பல நிறங்களைக் கொண்ட பூக்களால் வட்டமான கோலங்களை அமைத்து அழகுபடுத்துவார்கள். இதை "அந்தப்பூவிடல்" என்றும் அழைப்பார்கள்.

சதுர வடிவில், மண்ணால் பிரமிட் போன்ற மேடை அமைத்திருப்பார்கள். இதில் மகாபலியையும், மகாவிஷ்ணுவையும் ஆவாஹனம் செய்து தும்பைப் பூக்களால் அர்ச்சனை செய்து வணங்குவார்கள்.

ஓணத்திற்கு முந்திய நாள் "தலை ஓணம்" என்று கொண்டாடப்படுகிறது. ஓணம் பண்டிகையில் முக்கியமான தினம் கடைசி நாள்தான்.

அன்றைய தினம் இனிய சிற்றுண்டிகள், படையல், புத்தாடைகள், பூக் கோலங்கள் என்று விழா களைகட்டும். ஓணத்திருநாளில் பெரியோரின் ஆசிர்வாதமும், கடவுள் வழிபாடும் மிக முக்கியமானதாகக் கருதப்படுகின்றன.

பண்டிகை நாட்களில் கேரள மக்கள் எறிபடக்கம் என்று அழைக்கப்படும் பட்டாசுக்களால் வாண வேடிக்கைகளைச் செய்து குதூகலிப்பார்கள். முக்கியமாக, படகுப்போட்டி மிகவும் பிரபலமானதாகும்.

இந்தப் படகோட்டத்தை "வள்ளம் களி" என்று அழைக்கிறார்கள். ஒவ்வொரு படகிலும் ஏராளமான பேர், தாளத்துக்கும், பாட்டுக்கும் ஏற்ப துடுப்புப்போட, ஆற்று நீரைக் கிழித்துக்கொண்டு படகுகள் வேகமாகப் போவதை இரு கரைகளிலும் கூடி நிற்கும் மக்கள் உற்சாகமாக ஆரவாரம் செய்து ரசிப்பார்கள்.

ஆண்டுதோறும், பாதாள லோகத்திலிருந்து, தன மக்களைப் பார்க்கப் பூமிக்கு வரும் மகாபலிச் சக்கரவர்த்தியை வரவேற்கவே கேரள மக்கள் ஓணம் பண்டிகையை வெகு விமரிசையாகக் கொண்டாடுகின்றது.

- ஸ்ரீ கிருஷ்ண ஜெயந்தி -

பூவுலகில் எப்போது தர்மம் தலை சாய்ந்து, அதர்மம் தலை தூக்குகின்றதோ, அப்பொழுது, தர்மத்தை நிலைநாட்டக் கலியுக வரதனாக, கருணைக்கடவுளாக, கண்கண்ட தெய்வமாக, துஷ்ட சங்காரனாக, சிஷ்ட பரிபாலனாக ஸ்ரீ மகாவிஷ்ணு அவதாரம் செய்கிறார்.

அதன்படி, ஸ்ரீ மகாவிஷ்ணு, தட்சிணாயனத்தில் ஆவணி மாதம், ரோஹிணி நட்சத்திரத்தில், அஷ்டமி திதியில், ஒரு நள்ளிரவில், கொடியவனாகிய கம்சனின் சிறைச்சாலையில், வசுதேவருக்கும், தேவகிக்கும் தெய்வக்குழந்தையாகப் பிறந்தார்.

கம்சனால் கொல்லப்படாமல் காப்பாற்றுவதற்காக, வசுதேவர் குழந்தையைக் கோகுலத்துக்கு எடுத்துச் சென்றார்.

அங்கே, நந்தகோபருக்கும், யசோதைக்கும் செல்லப்பிள்ளையாக வளர்ந்து, கொடிய கம்சனை வதம் செய்து, பின்னர், பாண்டவர்களுக்காக குருக்ஷேத்திரப் போர் நடத்தி வெற்றி கண்டார்.

பூவுலகில் ஸ்ரீ கிருஷ்ணர் அவதரித்த திருநாளை ஸ்ரீ கிருஷ்ண ஜெயந்தி என்றும், கோகுலாஷ்டமி என்றும் கொண்டாடுகிறோம்.

பண்டைய காலங்களில், கிருஷ்ணன் பிறந்த நாளன்று, வீடுகளில் வெண்ணையினால் கண்ணனின் பாதச் சுவடுகளை வரைவதைப் பழக்கமாகக் கொண்டனர்.

கோகுலாஷ்டமி தினமான புண்ணிய தினத்தில், நாமும் நம் இல்லங்களை நன்கு கழுவிச் சுத்தம் செய்து, கண்ணனை நம் வீட்டுக்கு வரவழைக்கும் விதமாக, வீட்டு வாசலிலிருந்து பூஜையறை வரையிலும் மாக்கோலத்தால் கண்ணனின் பாதச் சுவடுகளை இட வேண்டும்.

ஒரு பலகையைக் கழுவிக் கோலமிட்டு, அதில் கிருஷ்ண விக்கிரகம் அல்லது படத்தை வைத்து சந்தன குங்குமப் பொட்டு வைத்து பூமாலைகளால் அலங்கரிக்க வேண்டும்.

கண்ணன் வெண்ணெய் பிரியன் என்பதால், கண்ணனுக்குப் பால், தயிர், வெண்ணெய், அவல், பழங்களை வைத்துப் படைக்க வேண்டும்.

ஸ்ரீ கிருஷ்ணன் குழந்தையாக யசோதையிடம் வளர்ந்தபோது, குழந்தையின் உடம்புக்கு நோய் வராமல் இருக்க சத்து நிறைந்த சீடை, முறுக்கு முதலிய சிற்றுண்டிகளை அளித்தாள். அதனால், பூஜையின்போது இச்சிற்றுண்டிகள் முக்கிய பங்கு வகிக்கின்றன.

ஸ்ரீ கிருஷ்ண ஜெயந்தி குழந்தைகளுக்கு மிக விசேடமானதொரு நாளாகும். அன்று குழந்தைகளுக்கு பாலகிருஷ்ணனைப் போலவும் ராதை போலவும் வேடமணிந்து விடுவர்.

பின், கிருஷ்ணனுக்குத் தூப, தீபங்கள் காட்டி ஆராதித்து வழிபாடு செய்ய வேண்டும். காலை முழுவதும் ஸ்ரீமத் பாகவதத்திலிருந்து கிருஷ்ணனின் கதைகளைக் கேட்டு மகிழ வேண்டும்.

பூஜையின்போது ஸ்ரீ கிருஷ்ண அஷ்டகம் சொல்லி வழிபடுவது மிகவும் சிறந்தது.

" ஹரே கிருஷ்ணா, ஹரே கிருஷ்ணா, கிருஷ்ண கிருஷ்ண ஹரே ஹரே " என்று அவனது திருநாமத்தையே நினைவில் கொண்டு அனுஷ்டிக்கும் விரதம் பல்லாயிரம் ஏகாதசி விரதங்கள் அனுஷ்டிப்பதற்குச் சமமாகும்.

- விநாயகர் சதுர்த்தி -

நாம் எந்தவொரு காரியத்தையும் செய்யத் தொடங்குமுன்னர் விநாயகரைத்தான் முதலில் வணங்கித் தொடங்குகின்றோம். விநாயகர்தான் விக்கினங்களைத் தீர்க்கும் முழுமுதற் பரம்பொருள்.

ஆகவே, அவருக்கு விக்னேஸ்வரர் என்றும் ஒரு பெயர் உண்டு.

ஆவணி மாதத்து அமாவாசைக்குப்பின் நான்காவது நாள் வரும் சுக்ல பட்ச சதுர்த்தி நாடெங்கும் விநாயக சதுர்த்தியாகக் கொண்டாடப்படுகிறது.

வட இந்தியாவில், மகாராஷ்டிரர்கள் இதை கணேஷ சதுர்த்தி என்று அழைக்கிறார்கள்.

யானைமுகக் கடவுளாகிய விநாயகர், துன்பங்களைப்போக்கி இன்பம் அளிப்பவர். விக்கினங்களைப் போக்கும் விநாயகரை வழிபடும் விநாயக சதுர்த்தி நாடெங்கும் கொண்டாடப்படும் பண்டிகைகளுள் ஒன்று.

இந்தியாவில், மராட்டிய மாநிலத்தில் இப்பண்டிகை மிகவும் விமரிசையாகக் கொண்டாடப்படுகிறது.

இந்துக்கள் அனைவரும் கொண்டாடும் பண்டிகை இது. அதிகாலையிலேயே எழுந்து நீராடி வீட்டையும், வாசலையும் சுத்தப்

படுத்தி, மாவிலை தோரணங்களால் அலங்கரிக்க வேண்டும்.

விநாயக சதுர்த்தியன்று மண் பிள்ளையாரைப் பூஜிப்பதே சிறந்ததாகக் கருதப்படுகிறது. வீட்டிலேயே களிமண்ணை உருட்டி வளைத்துப் பிள்ளையார் உருவத்தைச் செய்து வழிபடுவதும் உண்டு.

மரப்பலகையில் கோலம் இட்டு, அதன்மீது தலை வாழை இலை விரித்து, அதன்மேல் மண் பிள்ளையாரை வைத்து, எருக்கம்பூ மாலை, கொண்டைக் கடலை மாலை சாற்றி, வண்ணக்காகிதக் குடை மற்றும் பலவிதமான மலர்மாலைகளும், ஆபரணங்களும் அணிவித்து, விநாயகரை அலங்கரித்தல் வேண்டும்.

பிள்ளையாருக்கு மோதகம் என்னும் கொழுக்கட்டை பிரசாதம் மிகவும் விருப்பமானதாகும். கொண்டைக் கடலை, அவல், பொரி, வெல்லம், கடலை, பழம், தேங்காய், எள்ளுருண்டை முதலியனவும் விருப்பமான பிரசாதங்களாகும். பிள்ளையார் பூஜைக்கு அருகம்புல், எருக்கம்பூ என்பன விசேஷமான பொருட்களாகும்.

நைவேத்தியங்கள் தயாரானதும், பூஜையைத் தொடங்க வேண்டும். விநாயகர் அகவல் பாடி பூஜைகள் நடத்தி தோப்புக்கரணம் போட்டு பக்தியுடன் உடல் தரையில் படும்படி வீழ்ந்து வணங்க வேண்டும் என்பது ஐதீகம்.

விநாயக சதுர்த்தியின்போது, வீடுகளில் சிறிய பிள்ளையார் உருவங்களை வைத்து வணங்கும் அதே வேளையில், கோயில்களிலும், வீதிகளிலும் பெரிய பெரிய பிள்ளையார் உருவச் சிலைகளை வைத்து வணங்குவது வழக்கம்.

இந்த உருவச் சிலைகள் பலவிதமான வடிவங்களில், மக்களின் கற்பனைக்கும் விருப்பத்திற்கும் ஏற்றவாறு அமைக்கப்பட்டிருக்கும். மக்கள் கூட்டம் கூட்டமாக சென்று இந்தப் பிள்ளையார் உருவங்களைத் தரிசித்து, வணங்குவார்கள்.

விநாயக சதுர்த்தியன்று, நிறைய பிள்ளையார்களைத் தரிசிப்பது நமக்கு நல்ல பயனைத் தரும் என்பது உண்மை. ஆகவே, பலரது வீடுகளுக்கும், கோயில்களுக்கும், வீதிகளுக்கும் சென்று, நூற்றியெட்டு பிள்ளையார் சிலைகளைத் தரிசனம் செய்வார்கள்.

முதல்நாள் காலையில் பூஜையை முடித்து மாலையில் விநாயக தோத்திரப் பாடல்களைப்பாடி, கற்பூர தீபம் காண்பித்து, ஆரத்தி எடுக்கவேண்டும்.

மறுநாள் புனர்பூஜையைக் கொண்டாட வேண்டும். தயிர்சாதம் நைவேத்தியம் செய்ய வேண்டும். அதன்பிறகு, மூன்றாம் நாள் பிள்ளையார் சிலையை குளத்திலேயோ, கடலிலேயோ அல்லது ஆற்றிலேயோ கரைத்து விட வேண்டும்.

- ஆடி அமாவாசை -

இந்து சமயத்தவர்களுக்கு மிகவும் புனிதமும் சிறப்பானதுமான தினமாகும். ஆடி மாதத்தில் வருகின்ற அமாவாசை ஆடி அமாவாசை விரதம் எனச் சிறப்புப் பெறுகின்றது.

வானவியல் கணிப்பின் படி சூரியனும் சந்திரனும் ஒரே இராசியிற் கூடுகின்ற போதுள்ள காலம் அமாவாசை ஆகும். சூரியனைப் "பிதிர் காரகன்" என்றும் சந்திரனை "மாதுர் காரகன்" என்றும் அழைப்பர்.

சூரிய பகவான் ஆண்மை, ஆற்றல், வீரம் தரவல்லவர். சந்திரன் மகிழ்ச்சி, தெளிந்த அறிவு, இன்பம், உற்சாகம் என்பனவற்றை தரவல்லவர்.

இத்தகைய பெருமைகளை எல்லாம் தருகின்ற சூரிய, சந்திரனை தந்தை, தாய் இழந்தவர்கள் அமாவாசை தினங்களில் வழிபாடு செய்வர்.

ஆடி அமாவாசை தினத்தில் அதிகாலை எழுந்து தீர்த்தம் ஆடி, பின்னர் சிவாலய தரிசனம், பிதிர்தர்ப்பணம், அன்னதானம்செய்தல் என்பன முக்கியத்துவம் பெறுகின்றன.

இந்த விரத தினத்தில் வீடுகளை சுத்தம் செய்து சாதம், சாம்பார், பல்வகையான காய்கறிகளால் கூட்டுப் பொறியல் செய்து உளுந்து வடை, பாயாசம் அப்பளம் செய்து இறந்தோருக்கு படையல் செய்து காகத்திற்கு உணவு வைத்து பின்னர் விரதம் முடிக்க வேண்டும்.

ஆடி அமாவாசை காலத்தில் கடல் அல்லது புனித ஆறுகளில் நீராடி பிதுர்தேவர்களை சிரத்தையோடு வழிபாடு செய்வதால் பிதிர்களின் தோஷங்களில் இருந்து நீக்க முறலாம் என்பது இந்துக்களின் நம்பிக்கை.

- ஆடி பௌர்ணமி -

ஆடி பௌர்ணமி பூசை என்பது ஆடி மாதத்தில் வரும் பௌர்ணமி நாளில் இந்து சமய கோயில்களில் கடவுள்களுக்கு நடத்தப்படும் பூசையாகும்.

இந்த நாளில் கோவில்களில் திரட்டுப்பால் அபிசேகமும் கருப்பு பட்டாடையும், கருஊமத்தைப்பூவால் ஆன மாலையையும் உபயோகின்றனர்.

நாரத்தம் பழ சாதம் நிவேதிதமும் , பாயசமும் படைக்கும் பொருளாக உள்ளது. இந்தநாளில் யாகம் அமைக்க ரோடச வடிவத்திலான யாகக்குண்டத்தினை அமைக்கின்றனர்.

வீடுகளை சுத்தம் செய்து சாதம், சாம்பார், பல்வகையான காய்கறிகளால் கூட்டுப் பொறியல் செய்து உளுந்து வடை, பாயாசம் அப்பளம் செய்து காகத்திற்கு உணவு வைத்து பின்னர் விரதம் முடிக்க வேண்டும்.

இந்நாளில் உத்திராட நட்சத்திரம் கூடிவருமாம். இதனால் விநாயகருக்கு சிறப்பான நாளாக கூறப்படுகிறது.

இந்த பௌர்ணமி பூசை திருச்சிராப்பள்ளி மாவட்டம் உச்சிப்பிள்ளையார் கோயிலில் சிறப்பாக செய்யப்படுகிறது.

- நவராத்திரி -

அதர்மம் அழிந்து, தர்மம் வென்று, அதனால் உலகம் செழிக்க வேண்டும் என்று உணர்த்தும் தெய்வத்திருவிழாக்களில் நவராத்திரியும் ஒன்று.

ஆதி பராசக்தியை சரஸ்வதி தேவி, லக்ஷ்மி தேவி, துர்க்கா தேவி ஆகிய அவளின் மூன்று அம்சங்களாகப் போற்றி வழிபடுவதே இந்த நவராத்திரிப் பண்டிகையின் நோக்கம்.

இது ஆண்டுதோறும் புரட்டாசி மாதம் சுக்ல பட்ச நவமி முதல்நாள் ஆரம்பமாகித் தொடர்ந்து ஒன்பது நாட்கள் கொண்டாடப்படுகின்றது.

மகிஷன் என்ற மகா கொடிய அசுரன் பல காலம் தவமிருந்து, ' கன்னிகை ஒருத்தியால் மட்டுமே தனக்கு மரணம் நிகழ வேண்டும் ' என்று வரம் பெற்றான்.

அந்த அரிய வரத்தின் வலிமையைக்கொண்டு, தேவர்களையும், மனிதர்களையும் கொடுமைப்படுத்தினான்.

அந்த மகிஷாசுரனைக் கொல்வதற்காக, அம்பிகையான தேவி பராசக்தி புரட்டாசி மாதம் கிருஷ்ணபட்ச சதுர்த்தசியில் அவதரித்து, ஒன்பது நாட்கள் கடும் தவம் இருந்து, சுக்ல பட்ச அஷ்டமியில் துர்க்காதேவியாகப் போர்க்கோலம் கொண்டு, அசுரனை அழித்தொழித்தாள்.

அன்னையை அனைவரும் வெற்றித்திருமகளாக, மகிஷாசுரமர்த்தினியாக போற்றிக் கொண்டாடி மகிழ்ந்தனர்.

அன்னை அசுரனை அழித்து வெற்றி கொண்டதைக் கொண்டாடும் பொருட்டே, நவராத்திரிப் பண்டிகையின் இறுதி நாளான பத்தாவது நாளில், விஜய தசமி கொண்டாடப்படுகின்றது.

விஜயதசமிக்கு முந்திய ஒன்பது நாட்கள் நவராத்திரித் திருநாட்களாகக் கொண்டாடப்படுகின்றன.

நவராத்திரி நாட்களான ஒன்பது நாட்களில், முதல் மூன்று நாட்கள் துர்க்கையையும், அடுத்துவரும் மூன்று நாட்கள் லக்ஷ்மி தேவியையும், கடைசி மூன்று நாட்கள் சரஸ்வதி தேவியையும் வழிபட வேண்டும்.

உலக மக்களுக்கு முக்கியத் தேவைகளான கல்வி , செல்வம், வீரம் ஆகிய மூன்றும் பெற்றுச் சிறந்த வாழ்க்கை வாழ்ந்திட ஆதி பராசக்தியின் ஒன்பது ரூபங்களை ஒன்பது நாட்கள் வழிபடுவது இதன் சிறந்ததாகும்.

நவராத்திரியின்போது, பத்து வயதுக்குட்பட்ட ஒன்பது பெண் குழந்தைகளைத் தேர்ந்தெடுத்து, அவர்களை நாளொன்றுக்கு ஒருவராக நீராட்டி, புத்தாடை அணிவித்து, விதவிதமான தெய்வ கோலங்களில் அவர்களைத் அலங்கரித்து தேவியாகக் கருதி வழிபட வேண்டும்.

இதுபோல் ஒன்பது நாட்களும் அன்னைக்கு விருப்பமான பிரசாதங்களைப் படைத்து வழிபடுவதும் சிறந்ததாகும்.

நவராத்திரிப்பண்டிகையின் போது, வீடுகளில் கொலு வைப்பது வழக்கம். ஒன்பது படிகளாக அமைக்கப்படும் இக் கொலுவில் ஓரறிவு தாவரத்தில் தொடங்கி ஆறறிவு வரை பலவிதமான் மனித, மிருக, பறவை பொம்மைகளை அழகாக அடுக்கி வைத்துக் கொண்டாட

வேண்டும். முதன்மையாக தெய்வங்களின் உருவச் சிலைகளை அமைக்க வேண்டும்.

ஒவ்வொரு நாளும், மாலை நேரத்தில், வீட்டில் வைத்திருக்கும் கொலு முன்பாகத் திருவிளக்கேற்றி, அம்மன் படம் வைத்து, அன்னையின் திருமுன் அமர்ந்து பக்திப்பாடல்களைப் பாடி முறைப்படி வழிபட வேண்டும்.

முதல் நாள்:

அம்பிகையைக் குமாரி வடிவமாக அலங்கரித்து, மல்லிகை மலர் மாலை சூடி வெண்பொங்கல் படைத்து வழிபட வேண்டும்.

இரண்டாம் நாள்:

அம்மனை இராஜராஜேஸ்வரியாக வழிபட வேண்டும். மல்லிகை, துளசி மாலை சாற்றி, புளியோதரை சாதம் படைத்து வழிபட வேண்டும்.

மூன்றாம் நாள்:

அம்பிகையைக் கல்யாணி வடிவமாக வழிபட வேண்டும். சம்பங்கி, மரிக்கொழுந்து முதலிய மலர்களால் அலங்கரித்து, சர்க்கரைப் பொங்கல் படைத்து வழிபட வேண்டும்.

நான்காம் நாள்:

ரோகிணி தேவியாக அம்மனை வழிபட வேண்டும். ஜாதிமல்லிப்பூ மாலை சூடி, கதம்ப சாதம் படைத்து வழிபட வேண்டும்.

ஐந்தாம் நாள்:

அன்னையைக் காளிகா தேவியாகப் பாவித்து, பாரிஜாத மலர் மாலை சூட்டி, தயிர்சாதம் படைத்து வழிபட வேண்டும்.

ஆறாம் நாள்:

சண்டிகா தேவியாக அம்மனை வழிபட வேண்டும். இந்நாளில், செம்பருத்திப் பூக்களால் அன்னையை அலங்காரம் செய்து, தேங்காய் சாதம் படைத்து வழிபட வேண்டும்.

ஏழாம் நாள்:

தேவியை அன்னபூரணியாகப் பாவித்து, தாழம்பூ மாலை சூட்டி, எலுமிச்சை சாதம் படையல் செய்து வழிபட வேண்டும்.

எட்டாம் நாள்:

அஷ்ட தேவிகளுடன் எழுந்தருளும் அன்னை துர்க்கா தேவியாக அம்மனை வழிபட வேண்டும். ரோஜாப்பூ மாலை சாற்றி, பாயசம் படைக்க வேண்டும்.

ஒன்பதாம் நாள்:

அன்னை காமேஸ்வரி என்னும் சிவசக்தி கோலத்தில், அம்மனை சுபத்திரா தேவியாகப் பாவித்து, செந்தாமரை மலர்களால் அர்ச்சனை செய்து, திரட்டுப்பால் படைத்து வழிபட வேண்டும்.

இவ்வாறு ஒன்பது நாட்களும் அன்னையை ஒன்பது விதமாக அலங்கரித்து வழிபடுவதால், இல்லத்தில் செல்வம், கல்வி, வீரம் ஆகியவற்றுடன் சகல சௌபாக்கியங்களும் நிறைந்து விளங்கும்.

அன்னை பராசக்தி தேவியின் வெற்றித் திருநாளான விஜயதசமியன்று,

குழந்தைகள் மூன்று வயது அல்லது ஐந்து வயதாக இருக்கையில் அவர்களைக் கோயிலில் அல்லது வீடுகளில்,

சரஸ்வதி தேவியின் திரு உருவப்படத்திற்கு முன்பாக, அரிசியைப் பரப்பிவைத்து, அதன்மேல் அந்தக் குழந்தையின் சுட்டுவிரலைப் பிடித்துத் தமிழ் முதல் எழுத்தான " அ " எழுத்தை எழுதும்படி வித்யாரம்பம் செய்து,

அக் குழந்தைகளின் கல்விக் கண்களைத் திறப்பதற்கும், அவர்கள் கல்வியறிவில் வெற்றி பெறவும் அன்னை சரஸ்வதி தேவியின் அருளை வேண்டுகின்றார்கள்.

- துர்க்கா பூஜை -

கொடுமைகள் ஒழிந்து, நன்மை வெற்றி பெற்றதைக் கொண்டாடும் பெருவிழா, துர்க்கா பூஜை. இந்தியாவின் வங்காள மாநிலத்தில் வசிக்கும் மக்கள் மிக விருப்பத்துடனும், மகிழ்ச்சியுடனும் கொண்டாடும் பண்டிகை இது.

தமிழர்கள் பொங்கல் பண்டிகையைக் கொண்டாடுவதுபோல், மகிழ்ச்சியாக, வெகு சிறப்பாக வங்காள மக்கள் துர்க்கா பூஜையைக் கொண்டாடுகின்றார்கள்.

இன்று, வங்காளத்தில் மட்டுமல்ல, உலகின் எல்லாப் பகுதிகளிலும், எங்கெல்லாம் வங்காளிகள் வாழ்கின்றார்களோ, அங்கெல்லாம் துர்க்கா பூஜை கொண்டாடப்படுகின்றது.

துர்க்கா தேவி பராசக்தியின் வடிவம். அவள் அழகின் சொரூபம்; வீரத்தின் அவதாரம். அவளது வாகனம், வீரம் நிறைந்த சிங்கம். துர்க்கா தேவிக்கு ஆயிரம் கைகள். அத்தனை கைகளிலும், வித விதமான ஆயுதங்கள். அவை அனைத்தும் தீமையை அழித்தொழிக்கப் பயன்படும் வலிமை வாய்ந்த ஆயுதங்கள்.

அவளது காலடியில் பெரிய எருமையோன்று வீழ்ந்து கிடக்கிறது. அது மகிஷாசுரனது மாய வடிவம். துர்க்கா தேவியின் கையிலுள்ள திரிசூலம் அந்த எருமையின் உடலைத் துளைத்திருக்கிறது.

அவளது இரு பக்கங்களிலும், அவளது நான்கு குழந்தைகள் அன்புடன் அமர்ந்திருப்பார்கள்.

ஞானத்தின் தேவதையான சரஸ்வதி, செல்வத்தின் தேவதையான லக்ஷ்மி, விக்கினங்களை வேரறுக்கும் விநாயகர் , போர்க்களத்தில் வெற்றியைத் தரும் முருகப்பெருமான் ஆகிய நால்வர்தான் அவர்கள்.

துர்க்கா பூஜையின்போது இந்த உருவத்தைத்தான் வங்காள மக்கள் களிமண்ணால் செய்து, வண்ணந்தீட்டி, அழகுற அலங்கரித்து, விழாக் கொண்டாடுகின்றார்கள்.

மகிஷன் என்ற கொடிய அசுரன் தனது கொடுமைகளால் உலகங்களைக் கலங்க வைத்தான். பூவுலகத்து மக்களையும், தேவ உலகில் வாழும் தேவர்களையும் தனக்கு அடிமைகளாக்கினான்.

தேவர்களின் அரசனாகிய இந்திரனை விரட்டி விட்டுத் தானே அவனது சிங்காசனத்தில் அமர்ந்து, மிகவும் கொடிய விதத்தில் ஆட்சியை நடத்தினான்.

அவனை வெல்ல எவராலும் முடியவில்லை. பிரம்மாவின் தலைமையில், தேவர்கள் திரண்டு சென்று, சிவபெருமானிடமும், மகாவிஷ்ணுவிடமும் முறையிட்டு அழுதார்கள்.

மகிஷாசுரனது கொடுமைகளைக் கேள்விப்பட்டபோது, சிவனும், விஷ்ணுவும் அடக்க முடியாத கோபம் கொண்டார்கள்.

அந்தக் கோபம் ஒரு கோடி சூரியர்களின் பிரகாசத்துடன் சகல உலகங்களிலும் பரவியது. அதன்பின், அந்த ஒளி ஓர் அழகிய

பெண்ணாக உருவெடுத்தது. அவளே துர்க்காதேவி.

ஒளியிலிருந்து பிறந்த அந்த தேவிக்கு தேவர்கள் பட்டாடைகளையும், தங்க நகைகளையும் வழங்கினார்கள். இமயமலையின் தெய்வமான இமவான், துர்க்காதேவிக்கு, வீரம் நிறைந்த சிங்கத்தை வாகனமாகக் கொடுத்தான்.

துர்க்கா தேவி தனது ஆயிரம் கைகளிலும் ஆயிரம் வகையான ஆயுதங்களை ஏந்தி, மகிஷனைப் போருக்கு அழைத்தாள். மகிஷன் பலவிதமான மாய உருவங்களை எடுத்து அன்னையுடன் போராடினான்.

உக்கிரமான சண்டை நடந்தது. இறுதியில், துர்க்கையின் வாள் அவனது உயிரைக் குடித்தது.

அவளது திரிசூலம் அவனது உடலில் பாய்ந்தது. கொடுமை ஒழிந்தது. நல்லவர்கள் யாவரும் நலமடைந்து மகிழ்ந்தார்கள். தங்களைக் காத்து ரட்சித்த அன்னையைப் போற்றிக் கொண்டாடினார்கள். இதுதான் துர்க்கா பூஜையின் வரலாறு.

புரட்டாசி மாதத்து அமாவாசையை அடுத்து வரும் வளர்பிறையில் தொடங்கிப் பத்து நாட்கள் துர்க்கா பூஜை கொண்டாடப்படுகின்றது.

அன்னையின் திரு உருவச் சிலைகளை வைத்து துர்கா பூஜைக்கு உகந்த மலரான செவ்வரளிப் பூவால் மாலை அணிவித்து, எழுமிச்சை மாலையும் அணிவித்து பூஜைக்குரிய தேங்காய் பழம் பொரிகடலை வைத்து வழிபட வேண்டும் .

எழுமிச்சை பழங்களைப் பிழிந்து திரி போட்டு விளக்கேற்றிடல் வேண்டும். அதன் பின்னர் சுவையான விருந்து படைத்து அனைவர்க்கும் வழங்கிட வேண்டும்.

தேவியின் திருவிளையாடல்களை விளக்கும் நாடகங்களையும், நடனங்களையும் நடத்திட வேண்டும்

முதல் ஒன்பது நாட்கள் இவ்வாறு மகிழ்ச்சியுடன் விழாக் கொண்டாடியபின், பத்தாம் நாள், அன்னையின் திரு உருவச் சிலைகளை ஊர்வலமாக எடுத்துச் சென்று, கடல், ஆறு முதலிய நீர்நிலைகளில் கரைக்க வேண்டும்.

- தீபாவளி -

இந்திய மக்களிடையே மிகவும் பிரபலமான பண்டிகை தீபாவளி. ஏழை முதல் பணக்காரன் வரை எல்லா இனத்தவராலும் ஒரே மாதிரி வரவேற்புப் பெறும் பண்டிகை தீபாவளி. அக்டோபர் மாத இறுதியில் அல்லது நவம்பர் மாதத் தொடக்கத்தில் தீபாவளிப்பண்டிகை வருகிறது.

தீபாவளி என்றால் தீபங்களின் வரிசை என்று பொருள். ஒளித்திருநாள் என்று கூறுவதும் பொருந்தும். வட மாநிலங்களில், தீபாவளியின்போது வீடுகளில் தீபங்களால் அலங்காரம் செய்வது விசேஷமாகும்.

'திவாளி' பண்டிகை வட மாநிலங்களில் லக்ஷ்மி பூஜையாகக் கருதப்படுகின்றது. வியாபாரிகள் மற்றும் தொழில் நிறுவனங்கள் அந்த ஆண்டின் புதுக்கணக்கை 'திவாளி' பண்டிகையின்போதுதான் ஆரம்பிப்பது வழக்கம்.

நரகாசுரன் என்ற கொடிய அரக்கனைக் கொன்று மக்களுக்கு விடுதலையும், மகிழ்ச்சியும் அளித்தார் ஸ்ரீ கிருஷ்ண பகவான். அவனைத் தான் கொல்லாமல், தன் மனைவி சத்தியபாமாவின் கைகளால் அவன் கொல்லப்பட வேண்டும் என்பதற்காகவே, போர்க்களத்தில் மயங்கித் தேரில் சரிந்து வீழ்ந்து மாயம் புரிகிறார், கிருஷ்ணன் .

தன் தாயைத்தவிரத் தனக்கு வேறு யாராலும் மரணம் ஏற்படக்கூடாது என்று வரம் பெற்றிருந்தான் நரகாசுரன். சத்தியபாமாவுக்கோ, நரகாசுரன் தன் மகன் என்று தெரியாது. ஆகவே, கணவனைக் காக்க, தேரோட்டியாகப் போர்க்களத்துக்குச் சென்றிருந்த சத்தியபாமா, தன் வில்லை எடுத்து வளைத்தாள். அடங்காத கோபத்துடன், நரகாசுரனைக் கொன்று வீழ்த்தினாள்.

உயிர் பிரியும்போது ஞானம் பெற்ற அந்த அரக்கன், ஒரு வரம் கேட்டான். என் கொடிய செயல்களால் இருண்டு கிடந்த இல்லங்களில் ஒளி விளங்க வேண்டும். மக்கள் நீராடி, புத்தாடை உடுத்தி, விருந்து உண்டு மகிழ்ச்சியாக என் மரண தினத்தை பண்டிகையாக கொண்டாட வேண்டும்." என்று கேட்டுக்கொண்டான்.

நரகாசுரன் கொல்லப்பட்ட அத்தினத்தையே தீபாவளிப்பண்டிகை என புராணங்கள் விளக்குகின்றன.

தீபாவளித் திருநாளில், திருக்கயிலாயத்தில், சிவனும், பார்வதியும் சொக்கட்டான் விளையாட்டு ஆடியதாக ஒரு புராணக் குறிப்பு உண்டு.

இதை நினைவூட்டும் விதத்தில் குஜராத்தில் தீபாவளி தினத்தில் இந்து மக்கள் சொக்கட்டான் விளையாட்டு ஆடுவதை வழக்கமாகக் கொண்டுள்ளனர்.

கானக வாழ்வு முடிந்து அரக்கன் இராவணனை அழித்து, சீதையை மீட்ட இராமபிரான், வெற்றித் திருமகனாக அயோத்தி திரும்பிய திருநாளில், மக்கள் தங்கள் இல்லங்கள் தோறும் தீபங்களை ஏற்றிவைத்து மகிழ்ச்சிப் பெருவிழாவாகக் கொண்டாடினார்களாம்.

அதுவே தீபத் திருநாளாக மாறியது என்று உரைக்கும் சான்றோரும் உண்டு.

இப்படி பலவிதமான காரணங்கள் கொண்டு தீபாவளித் திருநாள் கொண்டாடப்பட்டாலும், அத்திருநாள் நமக்கு உணர்த்தும் பாடம் ஒன்றே ஒன்றுதான். " தீமைகள் என்னும் இருள் அகன்று, உலகம் முழுவதும் பக்திப் பேரொளியைப் பெற வேண்டும் " என்பதே அது.

எனவே, தீபாவளித் திருநாளில், பெரியவர்கள் வகுத்துத் தந்த வழியில், முறையாக இறைவனைப் பூஜித்து அவனது அருள் பெற வேண்டும்.

கொண்டாடும் முறை

துலா மாதம் என்னும் ஐப்பசி மாதத்தில், தேய்பிறை நாட்களில், அமாவாசைக்கு முதல்நாள் வரும் சதுர்த்தியன்று, மிக அதிகாலையில் எழுந்து,வீட்டில் உள்ள பெரியவர்கள் அனைவரையும் அமர வைத்து எண்ணெய் தேய்த்து விட வேண்டும்.

பிறகு ஆல், அரசு, புரசு, மாவங்கை போன்ற மரங்களின் இலை போட்டுக் கொதிக்க வைத்த சுடுநீரில் குளித்தல் வேண்டும்.

அதிகாலையில் எண்ணெய் தேய்த்து நீராடுவதன் மூலம், கங்காதேவி, லக்ஷ்மி தேவி ஆகியோரின் அருளைப் பெறலாம். அதிகாலையில் நீராடுதல் கங்கை நதியில் நீராடிய பலனைத் தரும் என்பதும் ஒரு நம்பிக்கை.

பூஜை அறையில், கடவுள் படங்களின் முன்னே, புது ஆடைகளுக்கு மஞ்சள் தொட்டுப்பூசி வைக்க வேண்டும்.

அதிகாலையில் எழுந்து குத்து விளக்கேற்றி , இல்லம் முழுவதும் தீபங்கள் ஏற்றி வைத்தல் மிகவும் சிறப்பு. குடும்பத்தில் அனைவரும் குளித்து முடித்து தீபாவளிப் பண்டிகைக்கான புத்தாடையைப் பெரியவர்களின் ஆசிர்வாதத்தோடு பெற்றுக்கொள்ள வேண்டும்.

புதிய ஆடைகளை அணிந்து, பூஜை அறையில் உள்ள கடவுளை வணங்கி, பெரியவர்களையும் வணங்க வேண்டும். இல்லத்தில் சுவையான சிற்றுண்டிகள் செய்து, கடவுள் படங்களின்முன் படைக்க வேண்டும்.

இதன்பின்னர், முறையாக ஸ்ரீ விஷ்ணு பகவானையும், ஸ்ரீ லக்ஷ்மி தேவியையும் வழிபட வேண்டும். பூஜைக்குப்பின்னர், சிற்றுண்டிகளைக் குடும்பத்தில் உள்ள அனைவரும் உண்டு, அக்கம் பக்கத்தாருக்கும் கொடுத்து மகிழ்ச்சியாக தீபாவளியைக் கொண்டாட வேண்டும்.

பெரியவர்கள் முதல், சிறியவர்கள் வரை, தீபாவளி அன்று பட்டாசுகள் வெடித்து தங்களிடம் உள்ள காமம், குரோதம், லோபம், மோகம், மாச்சரியம் (மூட எண்ணம்) ஆகிய தீய சக்திகளை தூள்தூளாக்க வேண்டும் என்பதற்காகவே, தீபாவளியன்று பட்டாசுகளை வெடிக்கிறார்கள்.

அதன் பின்னர் தீபாவளி மருந்து சிறிதளவு உட்கொள்ள வேண்டும். இந்த மருந்தைத் தயாரிக்க சுக்கு, சீரகம், ஓமம், பூண்டு, பனங்கற்கண்டை நன்றாக இடித்து வாணலியில் சிறிது தண்ணீர் ஊற்றி நன்றாக கிளற வேண்டும், பாகு போன்ற பதம் வந்தவுடன் சிறிது நெய்யை ஊற்றி கிளறி இறக்கிவிட வேண்டும்.

இந்த மருந்து பலவகையான பலகாரங்களால் ஏற்படும் வயிற்று உபாதையிலிருந்து நமக்கு விலக்கு அளிக்கும்.

- திருக்கார்த்திகை தீபம் -

நமது நாட்டில் கொண்டாடப்படும் தெய்வத்திருநாட்களுள் திருக்கார்த்திகை முக்கியத்துவம் வாய்ந்தது. பௌர்ணமி தினத்தன்று, சந்திரன் கிருத்திகை நட்சத்திரத்தில் இருக்கும்போது இவ்விழா கொண்டாடப்படுகின்றது.

ஆதிகாலத்திலிருந்தே மக்கள் அக்கினியைத் தெய்வமாகக் கொண்டாடி வருகின்றனர். பஞ்ச பூதங்களுள் ஒன்றான அக்கினியை மகிழ்விப்பதே இப்பண்டிகையின் முக்கிய நோக்கமாகும்.

நமது புராணங்களும் திருக்கார்த்திகைக்குரிய தெய்வங்களான சிவபெருமான், மகாவிஷ்ணு, முருகப்பெருமான் ஆகிய தெய்வங்களை வழிபடும்படி கூறுகின்றன.

ஒருமுறை, பிரம்மனுக்கும், மகாவிஷ்ணுவுக்கும் இடையே, தங்களில் யார் பெரியவர் என்ற விவாதம் தோன்ற, அதுவே பெரும் சண்டையாக மாறியது.

அப்போது, அடிமுடியில்லாத பெரும் நெருப்புப் பிழம்பாகத் தோன்றிய சிவபெருமான், தன் அடி அல்லது முடியை யார் முதலில் கண்டு வருகிறார்களோ, அவர்களே உலகில் பெரியவர் என்று கூறினார்.

பிரம்மன் அன்னப்பறவையாக வடிவங்கொண்டு, அந்த ஒளித் தூணின் திரு முடியைக் காண மேல் நோக்கிப் பறந்து சென்றார். மகாவிஷ்ணு வராஹி உருவம் எடுத்து பாதாள லோகம் வரை தோண்டிச் சென்று அந்த நெருப்புத் தூணின் பாதத்தைக் காண முயன்றார்.

ஆனால், இருவராலும், இறைவனின் அடி, முடியைக் காண முடியவில்லை. சிவபெருமான், அவர்களின் அறியாமையை நீக்கி, " யாரும் யாருக்கும் பெரியவரல்ல; அனைத்துக்கும் முழுமுதலான பரம்பொருளே பெரியவர்" என்று உணர்த்தி ஜோதி ஸ்வரூபமாகக் காட்சி தந்த திருநாளே திருக்கார்த்திகை தீபத் திருநாளாகக் கொண்டாடப்படுகின்றது.

சிவபெருமான் ஜோதியாகத் தரிசனம் தந்து, பார்வதி தேவிக்குத் தம் உடலின் இடது பாகத்தைத் தந்து அர்த்தநாரீஸ்வரராகக் காட்சியளித்ததும் திருக்கார்த்திகை நன்னாளில் தான்.

சிவனின் நெற்றிக்கண்ணிலிருந்து ஆறு தீப்பொறிகளாக உதித்த சண்முகக் கடவுளைத் தாலாட்டி, சீராட்டி, பாலூட்டி வளர்த்தவர்கள் கார்த்திகைப் பெண்கள். அவர்களால் வளர்க்கப்பட்டதால் முருகப்பெருமானுக்குக் கார்த்திகேயன் என்ற பெயர் உண்டாயிற்று என்பது ஐதீகம்.

தன்னை வளர்த்த கார்த்திகைப் பெண்களுக்கு சிறப்பளிக்கும்விதம், கார்த்திகை மாதம் பௌர்ணமியோடு கூடிய திருக்கார்த்திகை நட்சத்திரத்தில் அகல் விளக்கேற்றி அதன் தீப வடிவில் தன்னை வழிபடுவோர்க்கு நலன்கள் யாவும் தருவதாக முருகப்பெருமான் அருள் புரிந்தார்.

அதன்படியே, திருக்கார்த்திகை நன்னாளில் முருகப்பெருமானையும் வழிபடுகின்றோம்.

ஒருமுறை சரஸ்வதி தேவிக்குத் தெரியாமல் பிரம்மன் யாகம் நடத்தினான். இதையறிந்த சரஸ்வதி, யாகத்தை அழிக்க மாயநலன் என்ற அரக்கனை ஏவினார். அவன் யாகத்தைத் தடுக்க, உலகம் முழுவதையும் இருட்டாக்கினான்.

பிரம்மன் விஷ்ணு பகவானை வேண்ட, மகாவிஷ்ணு ஜோதியாகத் தோன்றி ஒளிவீசி, இருளை விரட்டி, யாகத்தைக் காத்து அருள் செய்தார். இப்படி ஜோதியாகத் தோன்றிய மகாவிஷ்ணுவைத் தீபத்தின் உருவில் வைஷ்ணவர்கள் வணங்குகின்றனர்.

தென் இந்தியாவில், திருவண்ணாமலை என்ற திருத்தலத்தில் உள்ள உயர்ந்த மலையின் உச்சியில் மிகப்பெரிய நெய்தீபம் ஏற்றி இறைவனை வழிபடுகின்றார்கள். இது அற்புதமான திருக்காட்சியாகும்.

வழிபாடு முறை

கார்த்திகை மாதம், பௌர்ணமி திதியும் கார்த்திகை நட்சத்திரமும் சேர்ந்து வரும் நாளில் கார்த்திகை விழா ஆரம்பமாகி, சிவா கார்த்திகை, விஷ்ணு கார்த்திகை, குப்பை கார்த்திகை என்ற மூன்று திரு நாட்களாகக் கொண்டாடப்படுகின்றது.

திருக்கார்த்திகைத் திருநாளில் அதிகாலை நேரத்தில் வீட்டை நன்றாகக் கழுவிச் சுத்தம் செய்து, மாவிலைத் தோரணம் கட்டி, மாக்கோலமிட்டு அலங்கரிக்க வேண்டும்.

ஜோதியாகத் தோன்றிய சிவபெருமானையும், மகாவிஷ்ணுவையும், கார்த்திகேயனையும் வணங்க வேண்டும். அன்றைய நாளில், தீபங்களுக்கு முக்கியத்துவம் தர வேண்டும். தீபமேற்ற உகந்த நேரம் மாலை வேளை என்பதால், மாலையில் அந்தி சாயும் நேரத்தில் வீடுகளில் தீபமேற்றி வழிபட வேண்டும்.

திருவிளக்கிலிருந்து அகல் விளக்குகளை ஏற்றி, அனைத்து அறைகளிலும், வாசலிலும் வைத்து, நம் இல்லத்தில் நிறைந்திருக்கும் தீப ஒளியையே இறைவனின் ரூபமாகக் கருதி வழிபட வேண்டும்.

குறைந்தபட்சம் இருபத்தியொரு தீபங்களாவது ஏற்றி வழிபட வேண்டும் என்பது ஐதீகம்.

பின்னர், தலைவாழை இலை விரித்து, அதில் மஞ்சள் பிள்ளையார் பிடித்து வைத்து, கார்த்திகைச் சிற்றுண்டிகளாகிய கொழுக்கட்டை, பொரி, பிரசாதங்களோடு, பழ வகைகளும் படைத்து, மாவிளக்கு ஏற்றிவைத்து, முதலில் பிள்ளையாரை வணங்கிப் பின்னர் இறைவனைப் பூஜிக்க வேண்டும்.

" தீப மங்கள ஜோதி நமோ நம " என்ற தீப வழிபாட்டுப் பாடலைப் பாடிப் பூஜை செய்தால் மிக்க நல்லது.

- வைகுண்ட ஏகாதசி -

மார்கழி மாதத்தில் வரும் வளர்பிறை பதினோராம் நாள் இந்துக்களால் வைகுண்ட ஏகாதசி எனக் கொண்டாடப்படுகிறது.

இது கிரெகொரியின் நாட்காட்டியில் டிசம்பர்- சனவரி மாதங்களில் வரும். பக்தர்கள் திருமாலின் இருப்பிடமாகக் கருதும் வைகுண்டத்தின் கதவுகள் இந்த நாளில் திறக்கப்படுவதாக நம்புகின்றனர்.

பக்தர்கள் இந்நாளின் முன்னிரவில் உறங்காது இருந்து திருமாலின் புகழ்பாடி கோவிலுக்குச் செல்வார்கள். விடியற்காலையில் பெருமாள் கோவில்களில் பொதுவாக வடக்குதிசையில் என்றும் மூடப்பட்டிருந்து இன்று மட்டுமே திறக்கும் "சொர்க்க வாயில்" என்றழைக்கப்படும் வாயில்வழியே சென்று இறைவனை வழிபடுவர்.

திருவரங்கம் கோவிலில் இந்நாளின் முந்தைய பத்து நாட்களில் "பகல்பத்து" என்றும் பிந்தைய பத்து நாட்களில் "இராப்பத்து" என்றும் சிறப்பாக விழா நடத்தப்படுகிறது.

இந்துக்கள் ஒவ்வொரு ஏகாதசி நாளிலும் உண்ணாநோன்பிருந்து இறைவனை வழிபடுவதால் தங்களின் பாவச்செயல்கள் மன்னிக்கப்பட்டு சங்கடங்கள் தீரும் என நம்புகின்றனர்.

விஷ்ணுபுராணம் என்ற நூலில் அனைத்து ஏகாதசி நாட்களிலும் உண்ணாநோன்பு இருந்து பெறும் பயனை வைகுண்ட ஏகாதசி அன்று இருக்கும் ஒருநாள் விரதத்தால் பெறலாம் எனக் கூறப்பட்டுள்ளது. இதனால் இந்நாள் சிறப்பினைப் பெறுகிறது.

புராண நூலின்படி திருமால் தனது எதிரிகளாகவிருந்த இரு அரக்கர்களுக்கு இந்நாளன்று வைகுண்டத்தின் கதவுகளைத் திறந்ததாகவும் , இக்கதையைக் கேள்விப்பட்டு இவ்வாயில் வழியே பெருமாளின் திருவுரு வெளியே உலா வரும்போது தரிசிப்பவர்கள் அனைவருக்கும் தாம் பெற்ற நிலை கிடைக்கவேண்டும் என அவர்கள் வரம் வேண்டியதாகவும் கூறப்படுகிறது.

மகாபாரதத்தில் குருச்சேத்திரப் போரின் துவக்கத்தில் கிருட்டிணன் அருச்சுனனுக்கு இந்த நாளில்தான் பகவத் கீதை விளக்கங்களை நிகழ்த்தியதாகக் கருதப்படுகிறது.

தமிழ்நாட்டில் அமைந்துள்ள வைணவத்தலங்களில் முதன்மையாகக் கருதப்படுகின்ற திருவரங்கத்தில் உள்ள அரங்கநாத சுவாமி கோவிலில் வைகுண்ட ஏகாதசி விழா இருபத்தோரு நாட்கள் சிறப்பாகக் கொண்டாடப்படுகிறது.

ஒவ்வொருநாளும் திருமாலின் திருவுரு வெவ்வேறு அலங்காரங்களில் வெவ்வேறு வாகனங்களில் உலா வருகிறது.

ஏகாதசி நாளன்று இரத்தினங்களால் வேய்ந்த ரத்னாங்கி என அழைக்கப்படும் உடையில் கருவறையிலிருந்து வெளிவந்து ஆயிரங்கால் மண்டபத்தில் வீற்றிருக்க வடக்கு வாயில் அதாவது சொர்க்க வாசல் வழியே உலா வருவதைக் காண பெருந்திரளான பக்தர் கூட்டம் கூடும். இந்த வாயில் இந்த நாளிலே மட்டுமே திறக்கப்படும்.

ஆந்திர மாநிலத்தின் திருப்பதி மலைமீதுள்ள திருமலையிலும் இத்தகைய விழா கொண்டாடப்படுகிறது. இங்குள்ள சிறப்பு வாயில் "வைகுண்ட துவாரம்" என அழைக்கப்படுகிறது.

வைகுண்ட ஏகாதசி நாளில் மட்டுமே திறக்கப்படும் இவ்வாயில் வழியே சென்று வழிபடுவோர் வீடுபேறு பெறுவர் என நம்பப்படுகிறது. எனவே இத்திருநாளில் பெருந்திரளான பக்தர்கள் திருமலையில் திரள்கின்றனர்.

- ஸ்ரீ அனுமன் ஜெயந்தி -

ஒவ்வொரு ஆண்டும் மார்கழி மாதம் அமாவாசையன்று, அனுமன் ஜெயந்தி மிகச் சிறப்பாகக் கொண்டாடப்படுகின்றது.

வாயுதேவன் மகாவிஷ்ணுவிடம் வந்து, அவரை வணங்கி, " பகவானே, நான் உருவம் இல்லாத அரூபியாக இருப்பதால், என்னை எல்லாரும் தொடுவதால் உணர்கிறார்களேயன்றி, நல்ல வடிவில் என்னைப் பார்க்க எவராலும் முடிவதில்லை.

ஆதலால், எனது பராக்கிரமமும், கீர்த்தியும் உலகில் பிரபலம் ஆகும்படி ஒரு பாலனை எனக்கு அனுக்கிரகம் செய்ய வேண்டும் " என்று வேண்டிக்கொண்டான். அதற்கு மகாவிஷ்ணு, " எனது அம்சம் பெற்ற ஒரு பாலன் உனக்குப் பிறப்பான் " என்று வரம் அருளினார்.

அதன்பிறகு, புஞ்சிகஸ்தலை என்னும் ஒரு அழகிய காந்தர்வப் பெண், அவளுக்கு ஏற்பட்ட சாபத்தின் காரணமாக, குஞ்சரன் என்னும் வானரத்துக்கு அஞ்சனாதேவி என்ற பெயருடன் பிறந்தாள்.

அவள் கேசரி என்னும் வானரனை மணந்தாள். ஒருநாள், அவள் தனது குரங்கு உருவத்தை விட்டுவிட்டுத் தன் உண்மை உருவில், அழகான பெண்ணாக உலா வந்தாள்.

அப்பொழுது வாயுதேவன் அவளைக்கண்டு காதல் கொண்டு உறவு கொள்ள, அதன்பலனாக அஞ்சனாதேவியின் வயிற்றில் ஒரு மகன் பிறந்தான். அஞ்சனாதேவி பெற்றெடுத்ததால், அந்தப் பிள்ளைக்கு ஆஞ்சநேயன் என்ற பெயர் உண்டாயிற்று.

ஆஞ்சநேயர் மார்கழி மாதம், அமாவாசை திதியில், மூலம் நட்சத்திரத்தில் பிறந்தவர். ஸ்ரீ ராமபிரானின் அருளாணைப்படி, சேது சமுத்திரக்கரையில் அமர்ந்து ஸ்ரீ ராம நாம தியானம் செய்துவரும் சிரஞ்சீவியான ஆஞ்சநேயர், ராமநாமம் ஒலிக்கும் இடமெல்லாம் எழுந்தருளுகின்றார்.

ஸ்ரீ ராம நவமி உற்சவம் கொண்டாடப்படும் இடங்களில் எல்லாம், ஆஞ்சநேயர் நேரில் வந்து அடியார்களுள் அடியாராய், பக்தர்களுள் பக்தராய் அமர்ந்து உபன்னியாசத்தைப் பேரானந்தத்துடன் ரசித்து,

அனைவர்க்கும் சகல சந்தோஷங்களையும், சுபிட்சங்களையும் வாரி வழங்கிப் பேரருள் புரிகிறார்.

கொடுமையே உருவான அரக்கர்களைப் போர்க்களத்தில் தமது புஜபலத்தினால், வடை தட்டுவதைப்போல் தட்டி சங்காரம் செய்தவர் ஆஞ்சநேயர். எனவேதான், அவருக்கு வடைமாலை செய்து சாத்துகிறோம்.

இராமாயணப் போரில் ஸ்ரீ ராமருக்குத் துணையாக நின்ற ஆஞ்சநேயர், மகாபாரதப் போரில் அர்ஜுனனின் ரதத்துக்கு வெற்றிக்கொடியாக இருந்தார். அதனால்தான், கொடியிலே வளரும் வெற்றிலையை அவருக்கு மாலையாகப் போடுகிறோம்.

அர்ஜுனனுக்குக் கிருஷ்ணன் செய்த பகவத் கீதை உபதேசத்தைத் தமது செவிகளில் கேட்டு ஆனந்தித்து, அர்ஜுனனுக்கு வெற்றியைத் தேடிக் கொடுத்த வீரத்திருமகன் ஆஞ்சநேயர்.

அதனால், அவருக்கு வெற்றிலை மாலையை அணிவித்து மகிழ்கிறோம்.

அனுமனின் வாலுக்கும் வழிபாடு உண்டு. ராமாவதாரத்தில் மகாவிஷ்ணுவுக்கு உதவ, ருத்ராம்சத்தினனாகவே அவதரித்த அனுமனின் வால், சக்தியின் அம்சமானது.

ஆகவே, வால் நுனியில் தொடங்கி, ஒவ்வொரு நாளும் ஒரு பொட்டு என ஒரு மண்டல காலம் பொட்டு வைத்துப் பூஜிப்பது அனுமன் வால் வழிபாடாகும்.

பல்வேறு சம்பிரதாயங்களைக் காரணமாகக் கொண்டு, வெற்றிலை மாலை, வடைமாலை சாத்துதல், குங்குமப்பொட்டு, செந்தூரம் அணிவித்தல், துளசிமாலை அணிவித்தல் என்று பல்வேறு வகைகளில் நாம் அனுமனை வழிபட வேண்டும்.

ரக்ஷா பந்தன்

சகோதர பாசத்தை எடுத்துக்காட்டும் சிறப்பான பண்டிகை ரக்ஷா பந்தன். ஆகஸ்ட் மாதத்தில் வரும் பௌர்ணமியன்று இந்தியாவிலும், இந்தியர்கள் வாழும் பிற நாடுகளிலும் விமரிசையாகக் கொண்டாடப் படுகின்றது. இப் பண்டிகை ராக்கி பூர்ணிமா என்றும் அழைக்கப் படுகிறது.

ரக்ஷா பந்தன் தினத்தன்று, சகோதரி தன் அன்புச் சகோதரனுக்கு 'ராக்கி' எனப்படும் வண்ணக் கயிற்றைக் கட்டி விடுவாள்.

கூடப்பிறக்காத ஒருவனாயிருந்தாலும், ஒரு பெண் ஒரு ஆணுக்கு அன்பு மற்றும் பாசத்தோடு இந்த ராக்கியைக் கட்டும்போது, அவன் அவளுக்குச் சகோதரனாகி விடுகிறான். இது ஓர் அன்புப் பிணைப்பு.

ரக்ஷா பந்தன் பண்டிகைக்குப் பல நாட்கள் முன்னதாகவே, கடைகளில் ராக்கி விற்பனை ஆரம்பமாகிவிடும்.

வண்ணக் கயிறுகளில் தங்க நிற ஜரிகைகளையும், பல வர்ணப் பூக்களையும் சேர்த்துக்கட்டி ராக்கி எனப்படும் ரக்ஷா பந்தனங்கள் தயாரிக்கப்பட்டிருக்கும். இந்தப்பண்டிகைக்காக, சுவையான இனிப்புப் பண்டங்கள் தயாரிக்கப்பட்டிருக்கும்.

பண்டிகை தினத்தன்று, அதிகாலையிலேயே பெண்கள் எழுந்து, விடியும்முன் குளித்து, புத்தாடை அணிந்துகொண்டு சகோதரர்களை வரவேற்கத் தயாராகி விடுவார்கள். சகோதரர்களும் அதேபோன்று சகோதரிகளை எதிர்பார்த்துக் காத்திருப்பார்கள்.

சகோதரி அழகிய வேலைப்பாடுகள் செய்யப்பட்டிருக்கும் ஒரு தாம்பாளத்தில் ராக்கி மற்றும் இனிப்பு வகைகளை எடுத்துக்கொண்டு சகோதரனின் முன்னே சென்று அவன் நெற்றியில் மஞ்சள், குங்குமத்தினால் திலகமிடுவாள்.

அட்சதையைத் தூவுவாள். பின்னர், வண்ணமயமாக ஜொலிக்கும் ராக்கியை அவனுடைய வலது கை மணிக்கட்டில் கட்டிவிடுவாள். பின்பு, இனிப்புப் பண்டங்களைச் சகோதரனின் வாயில் ஊட்டி விடுவாள்.

சகோதரன் தன் அன்பைக் காட்ட, அவள் கொண்டுவந்துள்ள தாம்பாளத்தில் தன் அன்பளிப்பாகப் பணம் வைப்பான். அது ஒரு ரூபாயிலிருந்து, பல நூறு ரூபாய்கள் வரை இருக்கலாம்.

சகோதரனின் கையில் சகோதரி ராக்கி கட்டும்வரை இருவரும் விரதம் மேற்கொள்வார்கள். அன்று முழுவதும் சகோதரன் தன் கையிலுள்ள ராக்கியை அவிழ்க்க மாட்டான்.

- வரலட்சுமி நோன்பு -

வரலட்சுமி நோன்பு என்பது பதினாறு வகைச் செல்வத்துக்கும் அதிபதியான லட்சுமியின் அருள் வேண்டி இந்துக்களின் நோன்பாகும்.

ஆடி மாதம் வளர்பிறையில் முழுநிலவு வருவதற்கு முந்தைய இந்நோன்பு கடைபிடிக்கப்படும்.

கணவன் நலத்தோடும், ஆரோக்கியத்தோடும், செல்வத்தோடும் இருக்கவும், தாலி பாக்கியம் நிலைக்கவும், இல்லத்தில் செல்வம் கொழிக்கவும் இந்த நோன்பை சுமங்கலி பெண்கள் கடைபிடிக்கின்றனர்.

இந்நாளில் வீட்டைச் சுத்தம் செய்து விளக்கேற்றி வாசனைப் புகையினால் இல்லத்தை நிறைத்து கலசம் ஒன்றில் லட்சுமியை வணங்கித் தொடங்குவர்.

பெண்கள் புத்தம் புது ஆடைகளை உடுத்தி தங்களை அலங்கரித்துக் கொள்வர்.

கலசத்தினுள் பச்சரிசி, எலுமிச்சை, பொற்காசு என்பவற்றை இட்டு கலசத்தைப் பட்டாடையால் அலங்கரித்து, தங்கம், வெள்ளி அல்லது பஞ்ச உலோகங்களினால் ஆன இலட்சுமியின் உருவச்சிலையை அல்லது படத்தை கலசத்திலுள்ள தேங்காயில் வைப்பர்.

மஞ்சள் சரட்டை குங்குமத்தில் வைத்துக் கலசத்தில் அணிந்து வரலட்சுமியைக் கிழக்குப் பக்கமாக வைத்து வணங்குவர்.

தீப ஆராதனை செய்து இனிப்பான பலகாரங்களைப் படைப்பர். பின்னர் கலசத்தில் வைத்த மஞ்சள் சரட்டை விரதமிருந்தவர் கையில் கட்டுவர்.

பின்னர் படைக்கப்பட்ட பொருட்களுடன் தாம்பூலம், மஞ்சள், புடவை போன்றவற்றை சுமங்கலிகளுக்கு தானமாகக் கொடுத்து ஆசி பெற்று காலை முதல் உண்ணாநோன்பிருந்ததை முடித்து தாமும் உண்டு விரதத்தை நிறைவேற்றுவர்.

அன்று முழுவதும் அஷ்டலட்சுமி தோத்திரம், லலிதா சகஸ்ரநாமம் பாராயணம் செய்வர். மாலை வேளைகளில் உற்றார்,சுற்றார் வீடுகளுக்குச் சென்று ஒருவருக்கொருவர் தாம்பூலம் பெற்றுக்கொள்வர்.

- ஹோலி -

வட இந்தியாவிலும், வட இந்தியர்கள் வாழும் ஏனைய நாடுகளிலும் பகையை மறக்கவும், நட்பை வளர்க்கவும் மகிழ்ச்சியாக கொண்டாடப்படும் இளவேனிற்காலப் பண்டிகை ஹோலி.

இரணியன் என்ற அரக்க அரசன் மகாவிஷ்ணுவை அறவே வெறுத்தான். யாரும் மகாவிஷ்ணுவை வணங்கக்கூடாது மீறி வணங்கினால் மரண தண்டனை என்று அறிவித்தான்.

ஆனால், அவனது மகன் பிரகலாதன் மகாவிஷ்ணுவின் தீவிர பக்தனாக விளங்கினான்.

நாள் முழுவதும் ஸ்ரீ நாராயணரின் திருநாமத்தை ஜெபம் செய்து போற்றிப் பாடிக்கொண்டிருந்தான். கோபங்கொண்ட இரணியன், பல விதங்களில் மகன் பிரகலாதனைக் கொல்ல முயன்றான்.

ஆனால், ஒவ்வொரு முறையும், மகாவிஷ்ணுவின் அருளால் பிரகலாதன் உயிர் தப்பினான்.

இரணியனுக்கு ஹோலிகா என்றொரு சகோதரி இருந்தாள். அவளும் கொடிய அரக்கிதான். அவள் மாயா சக்திகள் உடையவள்.

நெருப்பு அவளை எதுவும் செய்யாதபடி அவள் வரம் பெற்றிருந்தாள். ஆகவே, இரணியன் அவளை அழைத்து, பிரகலாதனைக் கட்டிப்பிடித்தபடி நெருப்பிலே குதிக்கும்படி கூறினான்.

ஹோலிகாவை நெருப்பு எதுவும் செய்யாது ஆனால், பிரகலாதன் எரிந்து விடுவான் என்று அவன் நம்பினான். அதன்படி, ஹோலிகாவும், சிறுவன் பிரகலாதனை இறுகக் கட்டிப்பிடித்தபடி எரியும் நெருப்பினுள் குதித்தாள்.

ஆனால், நடந்தது வேறு. மகாவிஷ்ணுவின் அருளால், பிரகலாதன் சிரித்தபடி நெருப்பிலிருந்து வெளியே வந்தான். ஹோலிகா அந்த நெருப்பில் எரிந்து சாம்பலானாள்.

இந்த அற்புத சம்பவத்தைக் கொண்டாடவே, ஹோலிப்பண்டிகையன்று சொக்கப்பனை எரித்து, " ஹோலி, ஹோலி " என்று சத்தமிட்டுப் பாடிக் கிராமத்தவர்கள் மகிழ்கிறார்கள்.

இந்தப் பண்டிகை மார்ச் மாதத்தில் கொண்டாடப்படுகின்றது. ஹோலிப் பண்டிகைக்கு வீடுகளில் புது வர்ணம் பூசி , வீட்டு வாசல்களில்

கோலங்களை வரைந்து அழகுபடுத்துவார்கள்.

ஊருக்குப் பொது இடத்தில் அல்லது மைதானத்தில் விரிப்புகளை விரித்து, குலால் என்னும் வர்ணப் பொடிகளைப் பாத்திரங்களில் நிறைத்து வைப்பார்கள். கிராமத்துப் பெரியவர்களெல்லாம் அங்கே வந்து கூடுவார்கள்.

இளைய ஆண்களும், பெண்களும் வீதிவீதியாகச் சென்று, பாடல்களைப் பாடி, எல்லாரையும் அழைப்பார்கள். எல்லாரும் வந்து கூடியதும், கோலாட்டத் தடிகளால் தாளம் தட்டிப் பெண்கள் அழகாக நடனம் ஆடுவார்கள். ஆண்கள் இசைக்கருவிகளை இசைத்துப் பாடுவார்கள்.

பின்னர், வர்ணப் பொடிகளையும், வர்ணம் கலந்த நீரையும் எல்லார் மீதும் பூசியும், தெளித்தும் விளையாடி மகிழ்வார்கள். அன்று மாலையில், ஸ்ரீ ராமர், கிருஷ்ணர், சிவன், பார்வதி தேவி, ஹனுமான் ஆகிய தெய்வங்களின் சிலைகளை வைத்து அனைவரும் வணங்குவார்கள்.

இரவு பத்து மணியளவில், மைதானத்தின் மத்தியில் சொக்கப்பனை செய்து அதைக் கொளுத்துவார்கள்.

நகரங்களில், ஹோலிப்பண்டிகையை ஆனந்தமாகக் கொண்டாடுவார்கள். கிராமத்தில் செய்வதுபோல் கொண்டாட இட வசதியில்லை.

ஆகவே, நகரத்தில் ஆண்களும், பெண்களும் ஒருவர்மீது ஒருவர் வர்ணப் பொடிகளைப் பூசியும், வர்ணம் கலந்த நீரைப் பீச்சாங்குழல்கள் மூலம் தெளித்தும் மகிழ்வார்கள்.

ஒவ்வொருவரும் தங்களுக்குள் இனிப்புகளை வழங்கி கொண்டாடும் இந்த ஹோலி அன்று யாரும், யார்மீதும் வர்ணப்பொடிகளைப்

பூசலாம். யாரும் கோபம் கொள்ள மாட்டார்கள்.

*****

You can find me on:

Instagram

https://www.instagram.com/devigoki.kavithai/

Facebook

https://www.facebook.com/Teach.devika

Twitter

https://twitter.com/devikagopalakr2

Blog

http://www.devigoki.com/

YouTube

https://youtube.com/channel/UCn7CMrok3cFg3IKk4avbXlA

பொருளடக்கம்

www.ingramcontent.com/pod-product-compliance
Lightning Source LLC
LaVergne TN
LVHW041548060526
838200LV00037B/1201
* 9 7 8 1 6 3 8 8 6 4 6 7 7 *